ഭൂമിയിൽ സുഗന്ധം ഉണ്ടായതെങ്ങനെ?

ബാലസാഹിത്യം

ഭൂമിയിൽ സുഗന്ധം ഉണ്ടായതെങ്ങനെ?

സിപ്പി പള്ളിപ്പുറം

Little Green

little green
an imprint of green books private limited
gb building, civil lane road, ayyanthole,
thrissur- 680 003, kerala, ph: +91 487-2381066, 2381039
website: www.greenbooksindia.com
e-mail: info@greenbooksindia.com

malayalam
bhoomiyil sugandham undayathengane
(children's story)
by
sippy pallippuram

first published july 2020

cover painting : asha mohan
cover design : shahzad

manipal technologies ltd, manipal

branches:
thrissur 0487-2422515
thiruvananthapuram 0471-2335301
calicut 0495 4854662
ernakulam 8589095302

isbn : 978-93-89671-61-2

LGPL/039/2020

എങ്ങനെ? എങ്ങനെ? എങ്ങനെ?

ലോകം ഉണ്ടായതിനെക്കുറിച്ചും ലോകത്തിലെ ഓരോ ജീവജാലങ്ങൾ ഉണ്ടായതിനെക്കുറിച്ചും ഭാവനാശാലികളായ മനുഷ്യർ ഓരോ കാലത്തും ഓരോ ദേശത്തും രസകരങ്ങളായ കഥകൾ മെനഞ്ഞെടുത്തിട്ടുണ്ട്. ജീവികൾക്ക് പ്രത്യേകമായ കഴിവുകൾ ഉണ്ടായതിനെക്കുറിച്ചും പല ജീവികളും തമ്മിൽ ശത്രുത കൈവന്നതിനെക്കുറിച്ചുമെല്ലാം ലോകത്തിന്റെ ഓരോ കോണിൽനിന്നും നമ്മെ വിസ്മയിപ്പിക്കുന്ന തരത്തിലുള്ള കഥകളാണ് രൂപംകൊണ്ടിട്ടുള്ളത്.

യാഥാർത്ഥ്യവുമായി ലവലേശം ബന്ധമില്ലെങ്കിലും ഇത്തരം കഥകളിൽ അടങ്ങിയിരിക്കുന്ന സ്വാരസ്യവും ഭാവനാവിലാസവും നമ്മുടെ സങ്കല്പസീമകൾക്കപ്പുറമാണ്.

ഈ വിഭാഗത്തിൽപ്പെട്ട ഇരുപത്തിയഞ്ച് കഥകളാണ് 'ഭൂമിയിൽ സുഗന്ധം ഉണ്ടായതെങ്ങനെ?' എന്ന ഈ പുസ്തകത്തിലൂടെ വായനക്കാരായ കുട്ടികൾക്കു മുന്നിൽ അവതരിപ്പിക്കുന്നത്. ഇവ എത്രവട്ടം വായിച്ചാലും നമുക്ക് മതിയാവുകയില്ല.

സിപ്പി പള്ളിപ്പുറം

കഥകൾ

ഭൂമിയിൽ സുഗന്ധം ഉണ്ടായതെങ്ങനെ?

ഭൂമിയിൽ പണ്ട് ഒന്നിനും സുഗന്ധം ഉണ്ടായിരുന്നില്ല. പിന്നെ സുഗന്ധം എങ്ങനെ ഭൂമിയിൽ വന്നു? അക്കഥ കേട്ടോളൂ.

സൃഷ്ടിയുടെ ദേവനായ ബ്രഹ്മാവ് ഒരു വസന്തകാലത്ത് സ്വർഗ്ഗത്തിൽ വിരിഞ്ഞ പലതരം പൂക്കളും മൂത്തുപഴുത്ത കായ് കനികളും ഔഷധച്ചെടികളുമെല്ലാം ഒരു മൺകുടത്തിൽ കെട്ടി വച്ചു.

കുറേ നാൾ കഴിഞ്ഞ് ഒരു ദിവസം ബ്രഹ്മദേവൻ ആ മൺ കുടം തുറന്നു. "ഹായ്! എന്തൊരു സുഗന്ധം!" അദ്ദേഹത്തിന് അതിശയമായി. വൈകാതെ ബ്രഹ്മദേവൻ സുഗന്ധക്കുടവുമായി ഭൂമിയിലേക്ക് തിരിച്ചു.

അതിരാവിലെ ഉറക്കമുണർന്ന ചില പൂക്കളാണ് ബ്രഹ്മാവിനെ ആദ്യം കണ്ടത്. അവരെല്ലാം ബ്രഹ്മാവിന്റെ അടുത്തേക്ക് ഓടി യെത്തി. എന്തിനു പറയുന്നു. അല്പനേരം കൊണ്ട് അവിടമാകെ തിക്കുംതിരക്കും ബഹളവുമായി.

ബ്രഹ്മാവ് പറഞ്ഞു. "ആരും തിരക്കു കൂട്ടരുത്. വന്നവരെല്ലാം ശാന്തരായി നിൽക്കുക!"

എല്ലാവരും ബ്രഹ്മദേവന്റെ കല്പന അക്ഷരംപ്രതി അനുസ രിച്ചു. അദ്ദേഹം കൈയിലിരുന്ന മൺകുടം പതുക്കെ തുറന്നു. വരിവരിയായി വന്നവരുടെ നെറുകയിൽ അദ്ദേഹം ഓരോ തുള്ളി സുഗന്ധം ഇറ്റിച്ചു കൊടുത്തു. മുന്നിൽ നിന്നിരുന്ന പാരിജാതം, മുല്ല, ചെമ്പകം, ചന്ദനം, കൈത, പനിനീർ തുടങ്ങിയവർക്കാണ് ഏറ്റവും വിശിഷ്ടമായ സുഗന്ധം ലഭിച്ചത്.

ഭൂമിയിൽ സുഗന്ധം ഉണ്ടായതെങ്ങനെ?

പിന്നാലെ വന്നവർക്ക് കുറേശ്ശേ സുഗന്ധം മാത്രമേ കിട്ടിയുള്ളൂ. എന്തു ചെയ്യാം? അല്പനേരംകൊണ്ട് ബ്രഹ്മാവിന്റെ മൺകുടം കാലിയായി. പിന്നാലെ വന്ന കൊന്ന, വാടാമല്ലി, ചെത്തി, ചെമ്പരത്തി, സൂര്യകാന്തി, തുമ്പ, മുക്കുറ്റി തുടങ്ങിയവയ്ക്ക് ഇത്തിരി സുഗന്ധം പോലും കിട്ടിയില്ല. അവരെല്ലാം നിരാശരായി കണ്ണീരൊഴുക്കിക്കൊണ്ട് തിരിച്ചുപോയി.

സുഗന്ധവിതരണം കഴിഞ്ഞ് ഒഴിഞ്ഞ മൺകുടം ഒരു പൊന്തക്കാട്ടിൽ ഉപേക്ഷിച്ചിട്ടാണ് ബ്രഹ്മദേവൻ പോയത്.

അല്പം കഴിഞ്ഞ് അതുവഴി വന്ന ഒരു കൂട്ടം മാനുകൾ ആ മൺകുടം കണ്ടു. അതിൽ നിന്ന് ഒഴുകിവന്ന സുഗന്ധം അവരെ വല്ലാതെ ആകർഷിച്ചു. അവർ കുടത്തിനുള്ളിൽ തല കടത്തി. അതിന്റെ വക്കിൽ പറ്റിയിരുന്ന സുഗന്ധക്കൂട്ടിന്റെ അംശങ്ങൾ നക്കിത്തുടച്ചു. അത്ഭുതം! ആ നിമിഷത്തിൽ അവർക്ക് 'കസ്തൂരി' എന്ന സുഗന്ധവസ്തു കിട്ടി. അവരെല്ലാം കസ്തൂരിമാനുകളായി മാറി.

സന്ധ്യമയങ്ങിയപ്പോൾ ശല്യക്കാരായ ചില പ്രാണികൾ അവിടെ പറന്നെത്തി. കുടം കാലിയായി ഇരിക്കുന്നതു കണ്ട് അവർക്ക് ദേഷ്യം വന്നു. അവരിൽ ചിലർ തോട്ടിൽ നിന്ന് ചളിവെള്ളം കോരിയെടുത്ത് മൺകലത്തിൽ ഒഴിച്ച് കുലുക്കി. എന്നിട്ട് അത് കുറേശ്ശയായി മോന്തി. ഛെ ഛെ! അവർക്ക് ചീഞ്ഞ വെള്ളത്തിന്റെ ഗന്ധമാണ് കിട്ടിയത്!

അങ്ങനെയാണ് ചിലയിനം വണ്ടുകൾക്കും ചാഴികൾക്കും മറ്റും ദുർഗന്ധം വന്നുചേരാനിടയായത്.

■

മനുഷ്യർക്ക് വാലില്ലാതായതെങ്ങനെ?

ഭൂമിയിലെ സകലമാന മൃഗങ്ങൾക്കും വാലുണ്ട്; ആനയ്ക്കും ആടിനും പട്ടിക്കും പൂച്ചയ്ക്കും കുരങ്ങനും കുറുക്കനുമെന്നു വേണ്ട; അണ്ണാർക്കണ്ണനു പോലും നല്ല രസികൻ വാലുണ്ട്; അല്ലേ? എന്നിട്ടും മനുഷ്യനു മാത്രം വാലില്ലാത്തതെന്താണ്? നിങ്ങൾ ചിന്തിച്ചിട്ടുണ്ടോ?

ആദിമകാലത്ത് മനുഷ്യരായ നമുക്കും നീണ്ട വാലുണ്ടായിരുന്നു. പിന്നെ ഇടക്കാലത്തു വെച്ചാണ് മനുഷ്യർക്ക് വാലില്ലാതായത്. അതേക്കുറിച്ചുള്ള നല്ലൊരു കഥ കേട്ടോളൂ.

ആഫ്രിക്കയിൽ പണ്ട് 'എൻഗോമാ' എന്നു പേരുള്ള ഒരു ആദിവാസി രാജാവുണ്ടായിരുന്നു. അദ്ദേഹത്തിന്റെ പൊന്നോമനമകളായിരുന്നു ചീലാ രാജകുമാരി! രാജാവിനും രാജകുമാരിക്കും മാത്രമല്ല; നാട്ടിലുള്ള സകല പ്രജകൾക്കും അക്കാലത്ത് ഉരുണ്ടു നീണ്ട സുന്ദരൻ വാലുകളുണ്ടായിരുന്നു. വാലാട്ടിക്കൊണ്ടാണ് മനുഷ്യരെല്ലാം സഞ്ചരിച്ചിരുന്നത്.

അക്കാലത്ത് അവിടത്തെ കരിമ്പനക്കാട്ടിൽ 'ഡിങ്കോ' എന്നു പേരുള്ള രാക്ഷസൻ പാർത്തിരുന്നു. ഇടയ്ക്കിടെ അവൻ നാട്ടിലേക്കിറങ്ങി വന്ന് കണ്ണിൽക്കണ്ട മനുഷ്യരെയെല്ലാം പിടിച്ച് 'കറുമുറാ'ന്ന് ചവച്ചു തിന്നും. എല്ലുകളെല്ലാം 'പടപടാ'ന്ന് കടിച്ചു പൊട്ടിക്കും!

ഡിങ്കോ രാക്ഷസന്റെ ഉപദ്രവം സഹിക്കവയ്യാതായപ്പോൾ എൻഗോമാ രാജാവ് ഒരു വിളംബരം പുറപ്പെടുവിച്ചു: "നാടിനേയും നാട്ടുകാരേയും വിറപ്പിച്ചുകൊണ്ടിരിക്കുന്ന മഹാദുഷ്ടനായ ഡിങ്കോ രാക്ഷസനെ വകവരുത്തുന്നവർക്ക് നാം നമ്മുടെ രാജകുമാരിയെ വിവാഹം ചെയ്തു കൊടുക്കുന്നതാണ്."

രാജവിളംബരം കേട്ട് 'കിമാരോ' എന്നു പേരുള്ള ഒരു ആദിവാസി യുവാവ് സധീരം മുന്നോട്ടുവന്നു. അവന്റെ അമ്മാവൻ 'സെലോ' അവിടത്തെ പേരുകേട്ട മന്ത്രവാദിയായിരുന്നു. കിമാരോ തന്റെ അമ്മാവനെ ചെന്നുകണ്ട് വിവരങ്ങൾ ബോധിപ്പിച്ചു. അമ്മാവൻ പറഞ്ഞു: "ഞാൻ നിനക്ക് ഒരു കോഴിമുട്ടയും ഒരു ചൂലും പിന്നെയൊരു ഉരുളൻ കരിങ്കല്ലും തരാം. അതിനൊക്കെ മന്ത്രശക്തിയുണ്ട്. അവയെല്ലാം വേണ്ടപോലെ പ്രയോഗിച്ചാൽ നിനക്ക് നിഷ്പ്രയാസം രാക്ഷസനെ കൊല്ലാം."

മന്ത്രവാദിയമ്മാവൻ അപ്പോൾത്തന്നെ പറഞ്ഞ സാധനങ്ങളെല്ലാം ഒരു സഞ്ചിയിലാക്കി അവനെ ഏല്പിച്ചു. അവ ഉപയോഗിക്കേണ്ട രീതിയും അയാൾ അവനു പറഞ്ഞുകൊടുത്തു.

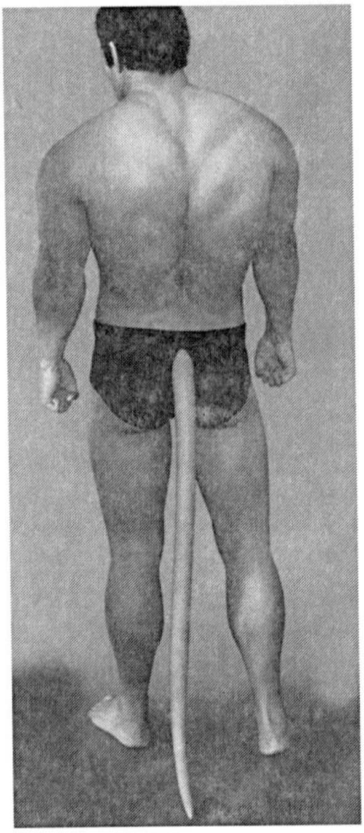

പിറ്റേന്നു രാവിലെ കിമാരോ കല്ലും മുള്ളും ചവിട്ടിക്കയറി കരിമ്പനക്കാട്ടിലുള്ള ഡിങ്കോ രാക്ഷസന്റെ ഗുഹയ്ക്കു മുന്നിലെത്തി.

മനുഷ്യന്റെ മണം കേട്ട് ഡിങ്കോ രാക്ഷസൻ അലറിപ്പാഞ്ഞു മുന്നോട്ടു വന്നു. രാക്ഷസൻ കിമാരോയെ പിടിക്കാൻ കൈകൾ നീട്ടി.

പെട്ടെന്ന് അവൻ കയ്യിലുണ്ടായിരുന്ന കോഴിമുട്ട രാക്ഷസന്റെ നേർക്ക് എറിഞ്ഞു. ഹയ്യട! മുട്ടപൊട്ടി അതിൽ നിന്ന് ഒരു വമ്പൻ പുഴ കുതിച്ചൊഴുകാൻ തുടങ്ങി. പക്ഷേ ഡിങ്കോ രാക്ഷസൻ വളരെ എളുപ്പത്തിൽ ആ പുഴ നീന്തിക്കടന്നു.

അപ്പോൾ കിമാരോ തന്റെ കയ്യിലിരുന്ന ചൂൽ രാക്ഷസന്റെ മുന്നിലേക്ക് വലിച്ചെറിഞ്ഞു. അത്ഭുതം! ആ നിമിഷം തന്നെ ചൂലൊരു ചൂരൽക്കാടായി മാറി. അതുകണ്ട് രാക്ഷസൻ കാടെല്ലാം പറിച്ചെറിഞ്ഞ് വീണ്ടും മുന്നോട്ടു കുതിച്ചു. ഒട്ടും താമസിച്ചില്ല. കിമാരോ സഞ്ചിയിലെ കല്ലെടുത്ത് ഒറ്റയേറ്! ആ നിമിഷം കല്ലൊരു കൂറ്റൻ പർവ്വതമായി മാറി. എന്തു പറയാൻ! അതിഭയങ്കരനായ ഡിങ്കോ രാക്ഷസൻ പർവ്വതത്തിന്റെ അടിയിൽപെട്ട് ചതഞ്ഞരഞ്ഞു ചത്തു!

പക്ഷേ ഇതിനിടയിൽ വലിയൊരബദ്ധം പറ്റി. എന്തെന്നോ? ധീരനായ കിമാരോയുടെ വാൽ പർവ്വതത്തിന്റെ ഇടയിൽ കുരുങ്ങി വേർപ്പെട്ടുപോയി! അക്കാര്യമറിയാതെയാണ് അവൻ രാജകൊട്ടാരത്തിലേക്ക് ഓടിക്കിതച്ചെത്തിയത്.

കിമാരോ രാജാവിനോടു പറഞ്ഞു:

"മഹാരാജൻ, ഞാൻ ഡിങ്കോ രാക്ഷസനെ കൊന്നു! ഡിങ്കോ രാക്ഷസനെ കൊന്നു!"

ആ വാർത്ത കേട്ടപ്പോൾ രാജാവിനുണ്ടായ സന്തോഷത്തിന് അതിരില്ല. അദ്ദേഹം അവനെ വാരിപ്പുണർന്നു.

ഇതിനിടയിൽ കൊട്ടാരമുറ്റത്തു നിന്ന ആരോ ഉച്ചത്തിൽ വിളിച്ചു പറഞ്ഞു: "അയ്യയ്യേ... കിമാരോവിന് വാലില്ലേയ്... പൂയ് പൂയ്..."

അപ്പോഴാണ് കിമാരോ തന്റെ വാലിന്റെ ഭാഗത്തേക്ക് സൂക്ഷിച്ചു നോക്കിയത്: കഷ്ടമേ കഷ്ടം...! അവിടെ അവന്റെ വാലുണ്ടായിരുന്നില്ല. നാണക്കേടും മാനക്കേടുംകൊണ്ട് അവൻ വല്ലാതെ ചുരുണ്ടുപോയി.

കൂക്കിവിളിയും ബഹളവും കേട്ട് ചീലാ രാജകുമാരി കൊട്ടാരവാതിൽക്കലേക്ക് ഓടി വന്നു. "ഹയ്യട! വാലില്ലാത്ത ഈ മനുഷ്യനെ കാണാൻ എന്തൊരു ഭംഗി! ഇയാളെ എനിക്ക് നല്ല ഇഷ്ടമായി! ഞാനും എന്റെ വാല് മുറിക്കുകയാണ്."

അതുകേട്ട് കിമാരോ അത്യധികം സന്തോഷിച്ചു. എൻഗോമാ രാജാവിനും എന്തെന്നില്ലാത്ത ആനന്ദം തോന്നി. ഇതിനിടയിൽ രാജകുമാരി കൊട്ടാരം വൈദ്യനെ വിളിച്ചുകൊണ്ടുവന്ന് തന്റെ വാല് മുറിപ്പിച്ച് ദൂരേക്ക് വലിച്ചെറിഞ്ഞു.

"ഇനി ഞാനെന്റെ പുന്നാരമോളെ കിമാരോയ്ക്ക് വിവാഹം ചെയ്തുകൊടുക്കുകയാണ്." - എൻഗോമാ രാജാവ് നേരത്തെ വാക്കു പറഞ്ഞ പ്രകാരം മകളുടെ വിവാഹകർമ്മം മംഗളകരമായി നടത്തി.

കുറേ നാളുകൾ കടന്നുപോയി. എൻഗോമാ രാജാവിന് വയ്യാതായപ്പോൾ അദ്ദേഹം കിമാരോയെ രാജാവായി വാഴിച്ചു. അപ്പോൾ അവിടെ തടിച്ചുകൂടിയ പ്രജകൾ ഒന്നടങ്കം പറഞ്ഞു." നമ്മുടെ രാജാവിനും രാജാവിനും രാജ്ഞിക്കും വാലില്ലല്ലോ. പിന്നെ നമുക്കെന്തിനാണ് ഇങ്ങനെയൊരു വാല്? നമുക്ക് നമ്മുടെ വാലുകൾ ഇപ്പോൾത്തന്നെ മുറിച്ച് കാട്ടിലെറിയാം."

എല്ലാവരും അവരുടെ വാലുകൾ മുറിച്ച് കരിമ്പനക്കാട്ടിൽ കൊണ്ടുപോയി കൂട്ടിയിട്ടു. അന്നു വൈകുന്നേരം പാട്ടും കൂത്തും മേളവുമായി അവർ ആ വാൽ കൂമ്പാരത്തിനു തീയിട്ടു. സകല വാലുകളും അല്പസമയംകൊണ്ട് കത്തിച്ചാമ്പലായി.

അന്നു മുതലാണ് മനുഷ്യരായ നമുക്ക് വാൽ ഇല്ലാതായിത്തീർന്നത്. എന്താ ഇപ്പോൾ 'ഗുട്ടൻസ്' മനസ്സിലായില്ലേ?

■

തുമ്പപ്പൂക്കൾ ഉണ്ടായതെങ്ങനെ?

പണ്ട് പണ്ട് സ്വർഗത്തിൽ കുസൃതിക്കുടുക്കയായ ഒരു കുഞ്ഞു മാലാഖ പാർത്തിരുന്നു. നീലത്തലമുടിയും പീലിക്കണ്ണുകളുമുള്ള അവളെ സ്വർഗവാസികൾ എല്ലാവരും നന്നായി ഇഷ്ടപ്പെട്ടു.

കുഞ്ഞുമാലാഖയുടെ ശരീരം വെണ്ണിലാവുപോലെ തിളക്കമുള്ളതായിരുന്നു. മഞ്ഞുപോലെ വെളുവെളുത്ത അവളുടെ കുഞ്ഞുപാദങ്ങളിൽ മുത്തുപതിച്ച പാദസരങ്ങൾ അണിഞ്ഞിരുന്നു. സ്വർണ്ണച്ചിറകുകൾ വീശി അവൾ മേഘങ്ങൾക്കിടയിലൂടെ നൃത്തംവെച്ചു നടന്നു. നക്ഷത്രങ്ങളിൽ നിന്ന് നക്ഷത്രങ്ങളിലേക്ക് അവർ പറന്നുല്ലസിച്ചു. മറ്റു മാലാഖമാർ ആ കൊച്ചുസുന്ദരിയെ ‘സ്വർഗത്തിലെ പൂമ്പാറ്റ’ എന്നാണ് വിളിച്ചിരുന്നത്.

ഒരിക്കൽ കുഞ്ഞുമാലാഖ കൂട്ടുകാരികളോടൊത്ത് ഭൂമിയിലെ പർവതങ്ങൾക്കുമീതെ പറന്നു നടക്കുകയായിരുന്നു. പെട്ടെന്നാണ് അതിമനോഹരമായ ഒരു ഗാനം അവളുടെ കാതുകളിൽ ഒഴുകിയെത്തിയത്. ഇമ്പവും ഈണവുമുള്ള ഒരു കുളിർഗാനം.

ഭൂമിയിൽ നിന്നാണ് ഈ പാട്ടുകേൾക്കുന്നതെന്ന് കുഞ്ഞുമാലാഖ യ്ക്കു മനസ്സിലായി.

"ഹായ് എത്ര മധുരമുള്ള പാട്ട്! എനിക്കതു കേൾക്കണം. ഞാൻ ഭൂമിയിലേക്കു പോകുകയാണ്." കുഞ്ഞുമാലാഖ പറഞ്ഞു.

"അയ്യോ അരുത്. മാലാഖമാരായ നമുക്ക് ഭൂമിയിലേക്കു പോകാൻ പാടില്ല." കൂട്ടുകാരികൾ അവളെ വിലക്കി.

"എന്താണു കാരണം?" ഒന്നും മനസ്സിലാകാതെ കുഞ്ഞു മാലാഖ ചോദിച്ചു.

"ഭൂമി തിന്മകളുടെ താഴ്‌വരയാണ്. അവിടെ കാലുകുത്തിയാൽ നമ്മളും പാപികളായിത്തീരും." കൂട്ടുകാർ വിശദമാക്കി.

"എന്നാലും എനിക്ക് ആ മനോഹരമായ ഗാനം കേട്ടേ തീരൂ." – കൂട്ടുകാരുടെ എതിർപ്പുകൾ കൂട്ടാക്കാതെ കുഞ്ഞുമാലാഖ ഭൂമി യിലേക്കു താഴ്ന്നു പറന്നു.

ഭൂമിയിലെ ഒരു പൂന്തേനരുവിയുടെ തീരത്തിരുന്ന് ഒരാൾ തംബുരു മീട്ടിപ്പാടുന്നു. കുഞ്ഞുമാലാഖ ആ പാട്ടിൽ അലിഞ്ഞു. അവളറിയാതെ അവളുടെ കുഞ്ഞുപാദങ്ങൾ ചലിച്ചു. അവൾ ഭൂമിയിലെ പുൽത്തകിടിയിൽ കാലുകുത്തി. ഗായകന്റെ പാട്ടി നൊപ്പം അവൾ അതിമനോഹരമായ നൃത്തം ചെയ്തു.

പാടിപ്പാടി ആ ഗായകൻ ഉറങ്ങി. പാട്ടു നിന്നപ്പോഴാണ് താൻ ഭൂമിയിലാണെന്ന സത്യം അവൾക്കോർമ്മ വന്നത്.

പെട്ടെന്ന് അവൾ ആകാശത്തേക്ക് പറന്നുയർന്നു. പക്ഷേ, എന്തുകാര്യം? സ്വർഗത്തിന്റെ പടിവാതിക്കൽ വെച്ച് കാവൽ മാലാഖമാർ അവളെ തടഞ്ഞു. അവർ ചോദിച്ചു:

"കുഞ്ഞേ, നീ ഭൂമിയിൽ കാലുകുത്തിയോ?"

"ഉവ്വ്, ഞാൻ ഭൂമിയിൽ കാലുകുത്തി." അവൾ പറഞ്ഞു.

"എങ്കിൽ നിന്നെ സ്വർഗത്തിലേക്കു കടത്തിവിടാൻ ഞങ്ങൾക്ക് അധികാരമില്ല." അവർ അറിയിച്ചു.

"എന്തുകൊണ്ട്?" കുഞ്ഞുമാലാഖ അവരുടെ മുഖത്തേക്കു നോക്കി.

"ഭൂമിയിൽ ചവുട്ടിയ നിന്റെ പാദങ്ങൾ പാപങ്ങൾ നിറഞ്ഞ താണ്. അതുകൊണ്ട്..."

"അതുകൊണ്ടെന്താ?" അവൾ ആരാഞ്ഞു.

"നീ തിരിച്ചു ഭൂമിയിലേക്കു തന്നെ പോകണം. നമ്മുടെ സ്വർഗം നന്മകളുടെ കളിവീടാണ്. തിന്മയുടെ മണ്ണിൽ ചവുട്ടിയ പാദങ്ങളുമായി ഇങ്ങോട്ട് വന്നാൽ ഇവിടെയും മലിനമാകും. തർക്കിച്ചു നിൽക്കാതെ വേഗം പൊയ്ക്കോളൂ." കാവൽമാലാഖ ഗൗരവത്തിൽ അറിയിച്ചു.

ഇതുകേട്ട്, കുഞ്ഞുമാലാഖ പൊട്ടിക്കരഞ്ഞു. അവളുടെ സങ്കടം കണ്ട് കാവൽമാലാഖമാരുടെ മനസ്സു നീറി. സ്വർഗവാസികൾ വാവിട്ടുകരഞ്ഞു.

"അരുതേ; സ്വർഗത്തിലെ ഈ പൂമ്പാറ്റയെ ഭൂമിയിലേക്ക് പറഞ്ഞു വിടരുതേ." അവർ ഒന്നടങ്കം അപേക്ഷിച്ചു.

എന്താണൊരു വഴി? കാവൽമാലാഖമാർ യോഗം ചേർന്ന് ആലോചനയായി. പാദങ്ങൾ മുറിച്ചുകളഞ്ഞശേഷം കുഞ്ഞു മാലാഖയെ സ്വർഗത്തിൽ തിരികെ പ്രവേശിപ്പിക്കാമെന്ന് ഒടുവിൽ അവർ തീരുമാനിച്ചു.

മഞ്ഞുപോലെ വെളുത്ത ലോലലോലമായ ആ കുഞ്ഞുപാദങ്ങൾ രണ്ടും അവർ എന്നന്നേക്കുമായി മുറിച്ചുമാറ്റി. അതിനു ശേഷം കുഞ്ഞുമാലാഖയെ എല്ലാവരും ചേർന്ന് സ്വർഗത്തിലേക്ക് വീണ്ടും പ്രവേശിപ്പിച്ചു. മുറിച്ചു മാറ്റിയ വെളുവെളുത്ത ആ പാദങ്ങൾ കാവൽ മാലാഖമാർ നോക്കെത്താത്ത ഭൂമിയിലേക്ക് വലിച്ചെറിഞ്ഞു.

പാദങ്ങൾ രണ്ടും ഒരു മലയുടെ താഴ്‌വരയിൽ ചെന്നു വീണു. ക്രമേണ അവ മണ്ണിൽ അലിഞ്ഞുചേരുകയും ചെയ്തു.

കാലങ്ങൾ കഴിഞ്ഞപ്പോൾ അവിടെ ഒരു കൊച്ചുചെടി മുളച്ചു പൊങ്ങി. ചെടിവളർന്നപ്പോൾ അതിൽ വെളുത്തപാദങ്ങളുടെ ആകൃതിയിലുള്ള അനേകം കൊച്ചുപൂക്കൾ വിടർന്നു.

“ഹായ് എന്തു ഭംഗി!” മാളോരെല്ലാം ആ കൊച്ചു പൂക്കളെ ഓമനിച്ചു. കളങ്കമറ്റ ആ വെൺപൂക്കളെ ആളുകൾ തുമ്പപ്പൂക്കൾ എന്നു വിളിച്ചു. ഇങ്ങനെയാണത്രേ ഭൂമിയിൽ തുമ്പപ്പൂക്കൾ ഉണ്ടാകാൻ തുടങ്ങിയത്. എന്താ ശരിയല്ലേ? തുമ്പപ്പൂക്കളെ നിങ്ങളൊന്നു സൂക്ഷിച്ചു നോക്കൂ: സാക്ഷാൽ കുഞ്ഞുമാലാഖയുടെ വെൺപാദങ്ങൾ തന്നെ!

■

നാലുതരം നായ്ക്കൾ ഉണ്ടായതെങ്ങനെ?

പണ്ട് പണ്ട് ഒരു കൊടുംകാടിന്റെ നടുവിലുള്ള ഗുഹയിൽ ലാർക്കോ എന്നു പേരുള്ള ഒരു അപ്പൂപ്പൻ പാർത്തിരുന്നു. അപ്പൂപ്പൻ മാത്രമല്ല; കൂട്ടിനായി നാല് നായ്ക്കളും ഉണ്ടായിരുന്നു. ഒന്നാമൻ വെളുമ്പൻ, രണ്ടാമൻ കറുമ്പൻ; മൂന്നാമൻ പാണ്ടൻ; നാലാമൻ ചെമ്പൻ!

അപ്പൂപ്പൻ വേട്ടയാടിക്കൊണ്ടുവരുന്ന പക്ഷികളുടെയും മറ്റും ഇറച്ചി കഴിച്ചാണ് നായ്ക്കൾ വളർന്നത്.

എന്നാൽ അപ്പൂപ്പന് വയ്യാതായതോടെ കാര്യങ്ങളെല്ലാം കുഴപ്പത്തിലായി. ഒരു ദിവസം അപ്പൂപ്പൻ പറഞ്ഞു:

"ഉണ്ണികളേ, എനിക്ക് തീരെ വയ്യാതായി. ഇനി നിങ്ങളെ തീറ്റിപ്പോറ്റാൻ എന്നെക്കൊണ്ടാവില്ല."

"പിന്നെ ഞങ്ങളെന്തു ചെയ്യും?" നായ്ക്കൾ അപ്പൂപ്പനെ നോക്കി.

"നിങ്ങൾ എവിടെയെങ്കിലും പോയി തീയും വിറകും വെള്ളവും ഇറച്ചിയും കൊണ്ടുവരിക. ഞാനതു പാകം ചെയ്തുതരാം."

ഇതുകേട്ടതോടെ നായ്ക്കൾ അങ്കലാപ്പിലായി. സ്വന്തമായി പണിയെടുത്ത് ജീവിക്കേണ്ടി വരുമെന്ന് അവർ സ്വപ്നത്തിൽപ്പോലും കരുതിയതല്ല.

ഒരു ദിവസം രാവിലെ നാലു നായ്ക്കളും നാലു വഴിക്ക് യാത്രയായി. വെള്ളമന്വേഷിച്ച് വെളുമ്പൻ നായ നടന്നു തളർന്ന് വെള്ളാനിപ്പുഴയുടെ തീരത്തെത്തി. തീ അന്വേഷിച്ചുപോയ കറുമ്പൻനായ വിശന്നുവലഞ്ഞ് ദയാലുവായ കുഞ്ഞിത്തേയി അമ്മയുടെ വീട്ടുവരാന്തയിലെത്തി. വിറകു തേടിപ്പോയ പാണ്ടൻ

നായ ഇഴഞ്ഞു വലിഞ്ഞ് ഒരു ആഞ്ഞിലിമരത്തിൽ കയറിപ്പറ്റി. ചെമ്പൻ നായയാകട്ടെ, സാധു മൃഗങ്ങൾ തിങ്ങിപ്പാർക്കുന്ന ഒരു കുറ്റിക്കാട്ടിൽ പതുങ്ങിയിരുന്നു.

പക്ഷേ പിന്നീട് അവരിൽ ആരും തന്നെ ലാർക്കോ അപ്പൂപ്പന്റെ അടുക്കൽ തിരിച്ചെത്തിയില്ല. എന്താ കാര്യമെന്നോ?

നീർനായ

വെള്ളാനിപ്പുഴയിലിറങ്ങിയ വെളുമ്പൻ നായ അവിടത്തെ പലതരം മീനുകളെ കണ്ടു കൊതിച്ചു. പാത്തും പതുങ്ങിയും നടന്ന് അവൻ കപ്പം കുപ്പം മീനുകളെ വെട്ടിവിഴുങ്ങാൻ തുടങ്ങി. സുഖമായി ജീവിക്കണമെങ്കിൽ ഇനിമേൽ പുഴയിൽ തങ്ങുന്നതാണ് നല്ലതെന്ന് അവൻ തീരുമാനിച്ചു. അന്നു മുതൽ വെളുമ്പൻ നായ പുഴയിൽ സ്ഥിരതാമസമാക്കി. ആളുകൾ അവന് പുതിയൊരു പേരിട്ടു: 'നീർനായ!'

തീ അന്വേഷിച്ച് കുഞ്ഞിത്തേയിയമ്മയുടെ വീട്ടുവരാന്തയിൽ കേറിയിരുന്ന കറുമ്പൻ നായ വിശപ്പും ദാഹവുംകൊണ്ട് ഉറക്കെ മോങ്ങി. അപ്പോൾ കുഞ്ഞിത്തേയിയമ്മ ഒരു കഷണം വറുത്ത മീൻ കൊണ്ടുവന്ന് അവന് കൊടുത്തു. അവൻ സ്നേഹത്തോടെ വാലാട്ടാനും കുഞ്ഞിത്തേയിയമ്മയുടെ കാൽപ്പാദങ്ങൾ നക്കിത്തുടയ്ക്കാനും തുടങ്ങി. ഇനി മനുഷ്യരുടെ ഇടയിൽ തങ്ങുന്നതാണ് നല്ലതെന്ന് കറുമ്പൻ നായ കരുതി. അവൻ അവിടെ പറ്റിക്കൂടി. ആളുകൾ അവന് പുതിയൊരു പേരിട്ടു: 'വളർത്തു നായ!'

വളർത്തു നായ

മരപ്പട്ടി

വിറകിനുപോയ പാണ്ടൻ നായ കുരങ്ങന്മാരെപ്പോലെ മരച്ചില്ലകളിൽ തത്തിക്കയറി പഴങ്ങളും കായ്ക്കളും പറിച്ചു തിന്നാൻ തുടങ്ങി. ഇനിമേൽ മരത്തിൽത്തന്നെ കഴിഞ്ഞുകൂടുന്നതാണ് നല്ലതെന്ന് അവന് തോന്നി. അവൻ മരത്തിൽ താമസമാക്കി. ആളുകൾ അവന് പുതിയൊരു പേരിട്ടു: 'മരപ്പട്ടി!'

ചെന്നായ

ഇറച്ചിക്കുവേണ്ടി കുറ്റിക്കാട്ടിൽ പതുങ്ങിയിരുന്ന ചെമ്പൻ നായയോ? അവൻ കണ്ണിൽക്കണ്ട മാൻകിടാങ്ങളെയും മുയലുകളെയുമെല്ലാം ഒറ്റക്കുതിപ്പിന് കൊന്നൊടുക്കി. ക്രൂരനും ചതിയനുമായ അവന് ആളുകൾ പുതിയൊരു പേരിട്ടു: 'ചെന്നായ!'

ഇങ്ങനെയാണത്രേ ലോകത്തിൽ നായ്ക്കളുടെ പേരിൽ അറിയപ്പെടുന്ന നാലുതരം ജന്തുക്കൾ ഉണ്ടായത്. ■

കൊതുകുകൾ ഉണ്ടായതെങ്ങനെ?

പണ്ട് വിയറ്റ്നാമിൽ ചിങ്ങ് ചോങ്ങ് എന്നു പേരായ ഒരു പാവം കൃഷിക്കാരനുണ്ടായിരുന്നു. പാടത്തിന്റെ നടുവിലുള്ള ഒരു കൊച്ചുകൂരയിലാണ് അയാളും ഭാര്യയും പാർത്തിരുന്നത്.

ചോങ്ങിന്റെ ഭാര്യ സുന്ദരിയായിരുന്നു. മിൻലോ എന്നായിരുന്നു അവളുടെ പേര്. സന്ദരിയായിരുന്നെങ്കിലും അവൾ വലിയ അഹങ്കാരിയും അത്യാഗ്രഹിയുമായിരുന്നു.

ഇത്തിരി നേരമെങ്കിലും ഭർത്താവിനെ സഹായിക്കാനോ അയാൾക്ക് ആശ്വാസം പകരാനോ മിൻലോ സമയം കണ്ടെത്തിയില്ല. സദാനേരവും ചമഞ്ഞൊരുങ്ങി ഊരുചുറ്റുകയായിരുന്നു പതിവ്.

നല്ലവനായ ചോങ്ങ് ഇതൊന്നും കണ്ടെന്നു നടിച്ചില്ല. അയാൾ അവളെ നന്നായി സ്നേഹിച്ചു. അവൾ പറയുന്നതെല്ലാം വാങ്ങിക്കൊടുത്ത് സന്തോഷിപ്പിച്ചു. എന്നിട്ടും മിൻലോയ്ക്ക് അയാളോട് എന്തെന്നില്ലാത്ത പുച്ഛമായിരുന്നു.

ഒരിക്കൽ അവൾക്ക് മാരകമായ ഒരു രോഗം പിടിപെട്ടു. തന്റെ പ്രിയതമയുടെ ജീവൻ രക്ഷിക്കാൻ ചോങ്ങ് വലിയ ചികിത്സകൾ ചെയ്തു. അന്നാട്ടിൽ ജീവിച്ചിരിപ്പുള്ള ഏറ്റവും നല്ല വൈദ്യന്മാരെ കൂട്ടിക്കൊണ്ടുവന്ന് ചികിത്സകൾ നടത്തി. ഒടുവിൽ വൈദ്യശിരോമണിയായ കാൻയൂ തന്റെ വൈദ്യശാലയിൽ കിടത്തി ചികിത്സിച്ചു. പക്ഷേ, എന്തു പ്രയോജനം? അധികം വൈകാതെ മിൻലോ മരിച്ചു.

പാവം ചോങ്ങ്! അയാൾ അവളുടെ ശവശരീരവും തോളിലിട്ടു

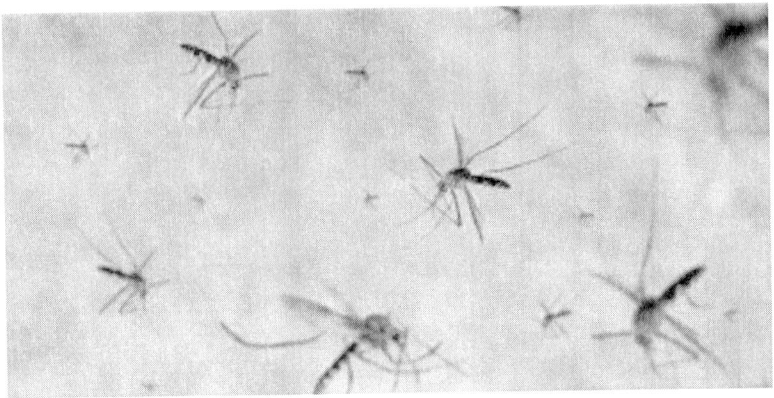

കൊണ്ട് വഴിനീളെ അലഞ്ഞു തിരിഞ്ഞു. ഉറക്കെ പൊട്ടിക്കരഞ്ഞു കൊണ്ട് അയാൾ വഴിപോക്കരോടുപറഞ്ഞു:

"എന്റെ മിൻലോ പോയി. ഇവളെ കൂടാതെ ഞാനെങ്ങനെ ജീവിക്കാനാണ്? ഇവളെ ഒന്നു രക്ഷിച്ചു തരൂ!"

ചോങ്ങിന്റെ സങ്കടം കണ്ട് നാട്ടുകാർ വല്ലാതെ വേദനിച്ചു. പക്ഷേ, അവർക്ക് എന്തു ചെയ്യാനൊക്കും?

നടന്നു നടന്ന് അയാൾ ഒരു നാൽക്കവലയിൽ തളർന്നിരുന്നു. ഈ സമയത്താണ് വെള്ള മുടിയും വെള്ളത്താടിയുമുള്ള തേജോ മയനായ ഒരു സന്ന്യാസി അതുവഴി നടന്നു വന്നത്.

"എന്താ എന്തുപറ്റി?" സന്ന്യാസി ആരാഞ്ഞു.

"ഗുരോ, എന്റെ ജീവന്റെ ജീവനായ മിൻലോ മരിച്ചുപോയി. അങ്ങ് ഇവളെ രക്ഷിച്ചു തരണം. അല്ലെങ്കിൽ ഞാനും ഇവളുടെ പിന്നാലെ യാത്രയാകും." ചോങ്ങ് നെഞ്ചത്തടിച്ചു കരയാൻ തുടങ്ങി.

അയാളുടെ സങ്കടം കണ്ട് സന്ന്യാസിക്ക് വല്ലാത്ത അലിവു തോന്നി. അദ്ദേഹം തന്റെ കയ്യിലിരുന്ന മാന്ത്രികശക്തിയുള്ള വെളുത്ത ഒരു ദണ്ഡുകൊണ്ട് മൂന്നുവട്ടം മിൻലോയുടെ മുഖ ത്തിനു ചുറ്റും ഉഴിഞ്ഞു. എന്നിട്ടു പറഞ്ഞു: "ഇനി നീ നിന്റെ ചെറുവിരലിൽ ഒരു മുറിവുണ്ടാക്കി മൂന്നു തുള്ളി ചോര അവ ളുടെ ചുണ്ടിൽ ഇറ്റിച്ചു കൊടുക്കുക."

ചോങ്ങ് ഒട്ടും മടിക്കാതെ തന്റെ പെരുവിരലിൽ മുറിവുണ്ടാക്കി മൂന്നു തുള്ളി ചോര അവളുടെ ചുണ്ടിൽ വീഴ്ത്തി. അദ്ഭുതം!

ആ നിമിഷത്തിൽ മിൻലോ കണ്ണുതിരുമ്മിക്കൊണ്ട് ചാടിയെഴുന്നേറ്റു.

ഉണ്ടായ സംഭവങ്ങളെല്ലാം ചോങ്ങ് വള്ളിപുള്ളി വിടാതെ അവളെ പറഞ്ഞു കേൾപ്പിച്ചു. പോകാനൊരുങ്ങുമ്പോൾ സന്ന്യാസി ഒരു കാര്യം അവളെ ഓർമ്മപ്പെടുത്തി:

"എടീ പെണ്ണേ, മേലിൽ നീ അഹങ്കരിക്കരുത്. അഹങ്കരിച്ചാൽ അതിന്റെ ഫലം നീ ഒറ്റയ്ക്കുതന്നെ അനുഭവിക്കേണ്ടിവരും."

സന്ന്യാസിയോട് നന്ദി പറഞ്ഞ ചോങ്ങ് ഭാര്യയെയും കൂട്ടി വീട്ടിലേക്കു പോയി കുറേനാൾ അവർ കുഴപ്പമില്ലാതെ ഒരുമിച്ചു കഴിഞ്ഞു. എങ്കിലും മിൻലോയുടെ ആർഭാടത്തിനും അഹങ്കാരത്തിനും വലിയ കുറവൊന്നും വന്നില്ല.

ഒരിക്കൽ ചോങ്ങ് കൃഷിക്കുള്ള പുതിയതരം വിത്തും വളവുമന്വേഷിച്ച് ദൂരെയുള്ള സ്ഥലത്തേക്കു പോയി. പത്തു പതിനഞ്ചു ദിവസം കഴിഞ്ഞിട്ടേ വരികയുള്ളൂ എന്നറിയിച്ചിട്ടാണ് പോയത്.

ഇതിനിടയിൽ ഒരു ദിവസം അവിടത്തെ നാടുവാഴി അതുവഴി വന്നു. അതിസുന്ദരിയായ മിൻലോയെ കണ്ട് അയാളുടെ മനം കുളിർത്തു. നാടുവാഴി ഒരു ശൃംഗാരച്ചിരിയോടെ അവളോടു ചോദിച്ചു:

"എടീ സുന്ദരിപ്പെണ്ണേ, നീ നമ്മുടെ കൂടെ കൊട്ടാരത്തിലേക്കു പോരുന്നോ? നാം നിന്നെ റാണിയായി വാഴിക്കാം."

ഇതു കേൾക്കേണ്ട താമസം മിൻലോ നാടുവാഴിയോടൊപ്പം സ്ഥലം വിട്ടു. വിലയേറിയ പട്ടുവസ്ത്രങ്ങളും കണ്ണഞ്ചിപ്പിക്കുന്ന രത്നാഭരണങ്ങളുമണിഞ്ഞ് അവൾ കൊട്ടാരത്തിൽ വിലസി നടന്നു. വിത്തും വളവുമായി നാട്ടിലെത്തിയപ്പോഴാണ് മിൻലോ നാടുവാഴിയോടൊപ്പം ഒളിച്ചോടിയ വാർത്ത ചോങ്ങിന്റെ ചെവിയിലെത്തിയത്.

ഇത്തവണ അയാൾക്ക് സങ്കടമല്ല; അടങ്ങാത്ത കോപമാണുണ്ടായത്. അയാൾ നേരെ നാടുവാഴിയുടെ കൊട്ടാരത്തിലേക്കു നടന്നു.

ചോങ്ങ് വരുന്നത് കൊട്ടാരത്തിൽ നിന്നിരുന്ന മിൻലോ കണ്ടു. അവൾ ഓടിച്ചെന്നിട്ടു പറഞ്ഞു:

“എടോ ചോങ്ങ്, കൃഷിക്കാരനായ തന്നെ മേലിൽ എനിക്കു വേണ്ട. ഞാനിനി നാടു വാഴിയുടെ റാണിയായി ഇവിടെ താമസിക്കാൻ പോകയാണ്; വേഗം തിരിച്ചുപൊയ്ക്കോളൂ.”

“എടീ നന്ദികെട്ടവളെ, മരിച്ചുപോയ നിന്നെ ചോര നൽകി രക്ഷിച്ചവനാണ് ഞാൻ. എന്നിട്ടിപ്പോൾ എന്നെ തള്ളിപ്പറയുന്നോ?” ചോങ്ങ് ദേഷ്യംകൊണ്ട് വിറച്ചുതുള്ളി.

“താൻ ദേഷ്യപ്പെടേണ്ട. എനിക്കുവേണ്ടി താൻ ചെലവാക്കിയ മൂന്നു തുള്ളി ചോര ഇപ്പോൾത്തന്നെ കൊണ്ടുപൊയ്ക്കോളൂ.”

അവൾ ഒരു സൂചികൊണ്ടുവന്ന് തന്റെ കൈവിരലിന്റെ അറ്റം കുത്തിപ്പൊട്ടിച്ചു. മുറിവിലൂടെ ചോരത്തുള്ളികൾ താഴേക്കു വീണു. ഒന്ന്, രണ്ട്, മൂന്ന്... ഓരോ തുള്ളി വീഴുമ്പോഴും അവളുടെ ശരീരം ചുരുങ്ങി ചുരുങ്ങി വന്നു. മൂന്നാമത്തെ തുള്ളിയും വീണതോടെ അവൾ കരിംജീരകത്തിന്റെ വലിപ്പമുള്ള ഒരു കുഞ്ഞിപ്പുഴുവായി മാറി. പെട്ടെന്ന് മുതുകിൽ കുഞ്ഞിച്ചിറകുകൾ മുളച്ചുപൊങ്ങി. ആരും ഇതുവരെ കണ്ടിട്ടില്ലാത്ത കൂനുപിടിച്ച ഒരു കൊച്ചു വികൃതജീവിയായി അവളിരുന്ന് മൂളാൻ തുടങ്ങി.

ചോര നഷ്ടപ്പെട്ടതുകൊണ്ടാണ് തനിക്ക് ഈ അവസ്ഥ വന്നതെന്ന് മിൻലോയ്ക്കു മനസ്സിലായി.

“ങ്ഉം... എന്റെ ചോര. ങ്ഉം... എന്റെ ചോര...” എന്നു മൂളിക്കൊണ്ട് അവൾ ചോങ്ങിന്റെ പിന്നാലെ പറക്കാൻ തുടങ്ങി. അവൻ അവിടെനിന്നും ഓടി രക്ഷപ്പെട്ടു.

അന്നുമുതൽ കിട്ടുന്ന മനുഷ്യരുടെ ചോര കുടിക്കാൻ ഈ ജീവി മൂളിപ്പറന്നു നടക്കുകയാണ്. ആപൽക്കാരിയായ ഈ കൊച്ചുജീവിക്ക് ആളുകൾ കൊതുകെന്നു പേരു നൽകി. ഇങ്ങനെയാണത്രേ ഭൂമിയിൽ കൊതുകുകളുണ്ടായത്. ■

തേനീച്ചയ്ക്ക് മുള്ളുണ്ടായതെങ്ങനെ?

കാട്ടിൽ പൂക്കാലം വന്നു. ചുറ്റുപാടും പലതരം പൂവുകൾ ചിരി തൂകി നിന്നു. ഈ സന്ദർഭത്തിൽ മണിയൻ തേനീച്ച അതിമനോഹരമായ ഒരു കൂടുണ്ടാക്കി. അവൻ അതിന്റെ അറകളിൽ നിറയെ പൂന്തേനും പൂമ്പൊടിയും ശേഖരിച്ചു വച്ചു.

ഒരു ദിവസം മണിയൻ തേനീച്ച കുറേ പൂന്തേനും പൂമ്പൊടിയുമായി സ്വർഗ്ഗത്തിലേക്കു യാത്രയായി.

താമസിയാതെ അവൻ സ്വർഗ്ഗത്തിലെത്തി. നിറഞ്ഞ പുഞ്ചിരിയോടെ ദൈവം അവനെ സ്വാഗതം ചെയ്തു.

മണിയൻ തേനീച്ച തന്റെ കൈയിലുണ്ടായിരുന്ന പൂന്തേനും പൂമ്പൊടിയും ദൈവത്തിനു കാഴ്ചവെച്ചു. ആ കൊച്ചുജീവിയോട് ദൈവത്തിന് എന്തെന്നില്ലാത്ത സ്നേഹവും വാത്സല്യവും തോന്നി.

“കുഞ്ഞേ, നീ എന്തിനാണ് ഇവിടെ വന്നിരിക്കുന്നത്?” ദൈവം തേനീച്ചയോടു ചോദിച്ചു.

"പ്രഭോ, എന്നെ ആരെങ്കിലും ഉപദ്രവിച്ചാൽ അവരെയെല്ലാം കുത്തിനോവിക്കാനും കരയിക്കാനും പറ്റിയ ഒരു വിഷമുള്ള് അവിടന്നെനിക്ക് സമ്മാനിക്കണം. ഇതു മാത്രമാണ് അടിയന്റെ അപേക്ഷ" - മണിയൻ തേനീച്ച കൂപ്പുകൈയോടെ ദൈവത്തിന്റെ മുന്നിൽ നിന്നു.

അവന്റെ ക്രൂരമായ ഈ ആഗ്രഹം കേട്ട് ദൈവത്തിന് അതിശയം തോന്നി. ദൈവം പറഞ്ഞു:

"നിന്റെ ആഗ്രഹം നാം സാധിച്ചുതരാം. പക്ഷേ ഒരു കാര്യം നിന്നെ ഓർമ്മിപ്പിക്കുന്നു. ഈ വിഷമുള്ളുകൊണ്ട് നിനക്ക് സ്വന്തം ശത്രുക്കളെ കുത്തിനോവിക്കാൻ കഴിയും. പക്ഷേ അങ്ങനെ കുത്തുന്നതോടെ നീയും അവിടെ ചത്തുവീഴും. എന്താ...? അതിനു സമ്മതമാണോ?"

ദൈവം മണിയൻ തേനീച്ചയുടെ മറുപടി കേൾക്കാൻ താത്പര്യത്തോടെ കാതോർത്തു നിന്നു. അവൻ പറഞ്ഞു.

"ശരി, ചത്താലും വിരോധമില്ല. അതിനു മുമ്പായി മറ്റുള്ളവരെ കുത്തിനോവിക്കാൻ അടിയനു കഴിയുമല്ലോ... അതുമതി." മണിയൻ തേനീച്ച സമ്മതിച്ചു.

ദൈവം ഉടനെ തന്റെ കൈകളുയർത്തി അവനെ അനുഗ്രഹിച്ചു. അതോടെ ശത്രുക്കളെ കുത്തിനോവിക്കാനുള്ള വിഷമുള്ള് അവന് ലഭിച്ചു. അവൻ അടക്കാനാവാത്ത സന്തോഷത്തോടെ സ്വർഗ്ഗത്തിൽ നിന്ന് ഭൂമിയിൽ തിരിച്ചെത്തി.

ഇങ്ങനെയാണ് തേനീച്ചകൾക്ക് മുള്ളുണ്ടായതത്രേ! മറ്റുള്ളവരെ കുത്തുന്നതോടെ തേനീച്ച ചത്തുവീഴുന്നതായും നമുക്കു കാണാം.

മറ്റുള്ളവരെ ഉപദ്രവിക്കാൻ വേണ്ടി നാം സമ്പാദിക്കുന്ന എന്തും നമ്മുടെ തന്നെ നാശത്തിന് വഴിയൊരുക്കും! ■

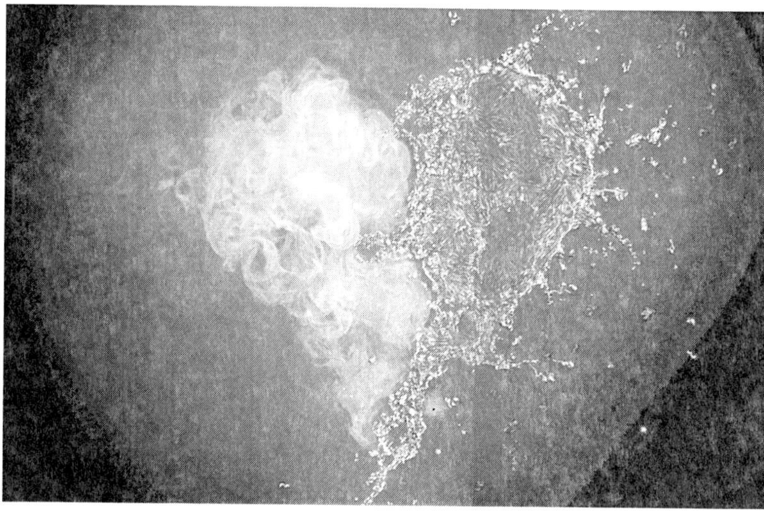

തീയും വെള്ളവും ശത്രുക്കളായതെങ്ങനെ?

തീയും വെള്ളവും ശത്രുക്കളായതെങ്ങനെ?

പണ്ട് തീയും വെള്ളവും ഉറ്റ ചങ്ങാതിമാരായിരുന്നു. ഉണ്ണുന്നതും ഉറങ്ങുന്നതും കളിക്കുന്നതും ചിരിക്കുന്നതുമെല്ലാം അവർ ഒരുമിച്ചുതന്നെയായിരുന്നു.

“ഹൊ! ഇങ്ങനെയുണ്ടോ ഒരു ചങ്ങാത്തം? ഏതു നേരവും തോളുരുമ്മിയല്ലാതെ നടക്കില്ല.” ചിലർ അവരെ നോക്കി അസൂയപ്പെടുകയും ചെയ്തിരുന്നു.

പക്ഷേ, അവരുടെ ഇന്നത്തെ സ്ഥിതിയെന്താണ്? തമ്മിൽ കണ്ടാൽ ശരിക്കും കടിച്ചുകീറും. എന്താ ശരിയല്ലേ? തീയും വെള്ളവും തമ്മിൽ ഇങ്ങനെ ശത്രുത വരാൻ എന്താണു കാരണം? അതിന്റെ പിന്നിൽ വളരെ രസകരമായ ഒരു കഥയുണ്ട്; കേട്ടോളൂ:

പണ്ടൊരിക്കൽ തീയുണ്ണിയും വെള്ളപ്പനും കൂടി പയ്യന്നൂരിൽ തെയ്യം കാണാൻ പോയി. തെയ്യം കണ്ട് മടങ്ങുന്നതിനിടയിൽ

ചങ്ങാതിമാർക്ക് വഴി തെറ്റി. കൂരിരുട്ടിൽ അലഞ്ഞുതിരിഞ്ഞ് ഒരു കൊടുംകാടിന്റെ നടുവിലാണ് അവർ എത്തിച്ചേർന്നത്.

“അയ്യോ, തീയുണ്ണീ.. എനിക്കു വല്ലാതെ പേടിയാവുന്നു. പുലിയും സിംഹവുമൊക്കെ പുറത്തിറങ്ങും. മുമ്പ് നമുക്കിവിടെ നിന്ന് പോകാം” വെള്ളപ്പൻ കരയാൻ തുടങ്ങി

“ഛെ ഛെ...! കരയാതെടാ വെള്ളപ്പാ, കരയുന്ന ശബ്ദം കേട്ടാൽ കുഴപ്പമാണ്. ദുഷ്ടമൃഗങ്ങൾ വന്ന് നമ്മെ വിഴുങ്ങും.” തീയുണ്ണി മുന്നറിയിപ്പു നൽകി.

“പിന്നെ നാം എന്തു ചെയ്യും?” വെള്ളപ്പൻ വിഷാദത്തോടെ തീയുണ്ണിയെ നോക്കി.

“ഇന്നു രാത്രി നമുക്കിവിടെ എവിടേങ്കിലും കഴിച്ചുകൂട്ടാം. അതിരാവിലെ എഴുന്നേറ്റ് നാട്ടിലേക്കു പുറപ്പെടാം.”

നിവൃത്തിയില്ലെന്നു കണ്ട് വെള്ളപ്പൻ അതു സമ്മതിച്ചു. എങ്കിലും പേടിയോടെ ചോദിച്ചു:

“എവിട്യാ, അങ്ങകലെ ഒരു കുടിലല്ലേ അക്കാണുന്നത്? അതി നരികിലുള്ള ഏതെങ്കിലും മരത്തിന്റെ മുകളിൽ കയറിയിരിക്കാം. വന്നാട്ടെ.”

തീയുണ്ണി മുന്നിൽ നടന്നു. വെള്ളപ്പൻ പിന്നാലെ നീങ്ങി. കുടിലിനരികിലെത്തിയപ്പോൾ അതൊരു മഹർഷിയുടെ പർണ്ണ ശാലയാണെന്ന് അവർക്കു മനസ്സിലായി. പക്ഷേ അപ്പോൾ മഹർഷി അവിടെ ഉണ്ടായിരുന്നില്ല.

“എന്താ നീ ചിന്തിച്ചു നിൽക്കുന്നത്? നമുക്കുടനെ മുകളി ലേക്കു കയറാം.” തീയുണ്ണി പറഞ്ഞു. രണ്ടുപേരും കൂടി ഇഴഞ്ഞു വലിഞ്ഞു അവിടെ നിന്ന് പാലത്തിന്റെ മുകളിൽ കയറിപ്പറ്റി.

“നീ എന്നെ കെട്ടിപ്പിടിച്ചിരുന്നോളൂ, എനിക്കു വല്ലാത്ത പേടി യുണ്ട്.” വെള്ളപ്പൻ അപേക്ഷിച്ചു.

തീയുണ്ണി വെള്ളപ്പനെ കെട്ടിപ്പിടിച്ചുകൊണ്ട് മരക്കൊമ്പിലി രുന്നു. ക്ഷീണംകൊണ്ട് അവർ ഇരുവരും താമസിയാതെ ഒന്നു മയങ്ങി. ഇതിനിടയിൽ പർണ്ണശാലയിലെ മഹർഷി തിരിച്ചെത്തി. അദ്ദേഹം സന്ധ്യാസ്നാനത്തിനായി കാട്ടുപുഴയിൽ പോയിരു ന്നതാണ്. വന്നപാടേ അദ്ദേഹം പാലമരച്ചുവട്ടിലിരുന്ന മന്ത്രങ്ങൾ

ഉരുവിട്ടുകൊണ്ട് വീണ്ടും തപസ്സു തുടങ്ങി. ഉറക്കെയുള്ള മന്ത്രോച്ചാരണങ്ങൾ കേട്ട് മരക്കൊമ്പിലിരുന്ന വെള്ളപ്പൻ പേടിച്ചുവിറച്ച് താഴോട്ടു മറിഞ്ഞു. വെള്ളപ്പനെ കെട്ടിപ്പിടിച്ചിരുന്ന തീയുണ്ണിയും ഒപ്പം മറിഞ്ഞു. എന്തു പറയാൻ? രണ്ടുംകൂടി കെട്ടിമറിഞ്ഞ് ധടുപടുവെന്ന് താഴെയിരുന്ന മഹർഷിയുടെ തലയിൽ വീണു!

കോപാക്രാന്തനായ മഹർഷി ഞെട്ടിയുണർന്ന് ചുറ്റും നോക്കി. അദ്ദേഹത്തിന്റെ കണ്ണുകൾ തീക്കനൽപോലെ തിളങ്ങി. പെട്ടെന്നാണ് പേടിച്ചുവിറച്ച് കുടിലിന്റെ അരികിൽ പതുങ്ങിയിരിക്കുന്ന തീയുണ്ണിയെയും വെള്ളപ്പനെയും മഹർഷി കണ്ടത്.

"എന്ത്! നമ്മുടെ തപസ്സു മുടക്കിയത് ഈ പീറകളാണെന്നോ?" അദ്ദേഹം ഉറക്കെ പല്ലിറുമ്മി.

"ന്റമ്മോ...!" വെള്ളപ്പൻ ഉറക്കെ പൊട്ടിക്കരഞ്ഞു.

"വേണ്ട, വേണ്ട; കരഞ്ഞും പിഴിഞ്ഞും ഇവിടന്ന് രക്ഷപ്പെടാൻ നോക്കേണ്ട. എന്റെ തപസ്സു മുടക്കിയ നിങ്ങൾ ഇനിമേലിൽ കീരിയും പാമ്പും പോലെ ശത്രുക്കളാവും!"

"അയ്യോ, അരുത്. ഞങ്ങളെ ശപിക്കരുത്. ഞങ്ങൾക്ക് മാപ്പു തരണം." തീയുണ്ണിയും വെള്ളപ്പനും കൈകൾ കൂപ്പി അപേക്ഷിച്ചു.

'ഇല്ലില്ല, നിങ്ങൾക്കു മാപ്പില്ല. ഈ നിമിഷം മുതൽ നിങ്ങളുടെ ചങ്ങാത്തം അവസാനിച്ചിരിക്കുന്നു."

എന്തു പറയാൻ? അപ്പോൾത്തന്നെ വെള്ളം തീയെ കെടുത്താൻ ശ്രമിച്ചു. തീയോ? വെള്ളത്തെ ആവിയാക്കാൻ എടുത്തുചാടി. അന്നു തുടങ്ങിയ ശത്രുത ഇന്നും മാറ്റമില്ലാതെ തുടരുകയാണ്. എന്താ ശരിയല്ലേ?

■

ആമയ്ക്ക് കട്ടിയുള്ള പുറന്തോട് കിട്ടിയതെങ്ങനെ?

ഓടുമേഞ്ഞ വീടും ചുമന്ന് പയ്യെപ്പയ്യെ ഇഴഞ്ഞു നീങ്ങുന്ന ആമച്ചാരെ കാണാൻ എന്തൊരു കൗതുകമാണ്, അല്ലേ? ആരാണ് ആമച്ചാരുടെ മുതുകിൽ ഇങ്ങനെയൊരു വീട് ഒരുക്കിവെച്ചത്? അതിനു പിന്നിൽ രസകരമായ ഒരു കഥയുണ്ട്.

പണ്ടുപണ്ട് ആമകൾക്ക് ഇന്നത്തെ മാതിരി കട്ടിയുള്ള പുറന്തോട് ഉണ്ടായിരുന്നില്ല. വളരെ വേഗത്തിൽ എവിടെയും ഓടിച്ചാടി നടക്കാൻ കഴിയുന്ന ആകൃതിയായിരുന്നു അവരുടേത്. മടിയോ അഹംഭാവമോ അസൂയയോ ഒന്നുമില്ലാത്ത പാവം ജീവികൾ. അവരുടെ നേതാവായിരുന്നു ആമാണ്ടൻ. അവൻ പറയുന്നതു മാത്രമേ ആമകൾ കേട്ടിരുന്നുള്ളൂ. ഇടക്കാലത്ത് അവനും ചെറിയൊരു അഹംഭാവം വന്നുകൂടി.

ഒരിക്കൽ ഗ്രീക്കു ദേവനായ സീയൂസിന്റെ കല്യാണം വന്നു. അദ്ദേഹം ഭൂമിയിലെ സകലജന്തുക്കളെയും കല്യാണസദ്യയ്ക്ക് ക്ഷണിച്ചിരുന്നു.

കല്യാണദിവസം അതിരാവിലെ മുതൽ തന്നെ പക്ഷികളും മൃഗങ്ങളും ഇഴജന്തുക്കളുമെല്ലാം കൂട്ടം കൂട്ടമായി സീയൂസ് ദേവന്റെ കൊട്ടാരത്തിൽ വന്നുകൊണ്ടിരുന്നു.

കൊട്ടും കുഴലും പൊടിപാറുന്ന ഏഴുനിലപ്പന്തലിലായിരുന്നു സദ്യ. സദ്യവട്ടങ്ങൾ വിളമ്പുന്നിടത്തും ജന്തുക്കൾ ഇരിക്കുന്നിടത്തുമെല്ലാം സീയൂസ് ദേവൻ നന്നായി ശ്രദ്ധിക്കുന്നുണ്ടായിരുന്നു.

അപ്പോഴാണ് ആമകൾ വന്നിട്ടില്ലെന്ന് ദേവൻ മനസ്സിലാക്കിയത്. അദ്ദേഹത്തിന് എന്തെന്നില്ലാത്ത സങ്കടവും കോപവുമുണ്ടായി. "ഹും ഇങ്ങു വരട്ടെ, അവരെ ഒരു പാഠം പഠിപ്പിച്ചിട്ടു തന്നെ കാര്യം!"

സീയൂസ് ദേവൻ പന്തലിന്റെ പടിവാതിൽക്കൽത്തന്നെ കാത്തുനിന്നു. കഷ്ടമേ കഷ്ടം! എല്ലാവരും യാത്ര പറഞ്ഞു പിരിഞ്ഞപ്പോഴാണ് ആമാണ്ടനും ചങ്ങാതിമാരും ഇഴഞ്ഞുവലിഞ്ഞ് അവിടെ എത്തിയത്.

"എന്താ? നമ്മെ നാണം കെടുത്താനാണോ നിങ്ങൾ ഇപ്പോൾ വന്നത്?" ദേവൻ ദേഷ്യത്തോടെ ചോദിച്ചു:

"അങ്ങ് കോപിച്ചിട്ടു കാര്യമില്ല. ഇവിടെനിന്ന് വെയിലു കൊള്ളാനും മറ്റുള്ളവരെപ്പോലെ ഓച്ഛാനിച്ചു നിൽക്കാനുമൊന്നും ഞങ്ങൾക്കു നേരമില്ല."ആമാണ്ടൻ വിശദീകരിക്കാൻ തുടങ്ങി.

"പിന്നെ നിങ്ങൾക്ക് എന്തിനാണ് നേരം?" ദേവന്റെ കണ്ണുകളിൽ നിന്ന് തീപ്പൊരി ചിതറി.

"കൂടുതൽ നേരവും സ്വന്തം വീട്ടിനുള്ളിൽത്തന്നെ ചുരുണ്ടുകൂടാനാണ് ഞങ്ങൾക്കിഷ്ടം." ആമാണ്ടൻ അറിയിച്ചു.

"എങ്കിൽ നിങ്ങൾ ഈ പന്തലിൽ കാലു കുത്തേണ്ട; വന്ന വഴിക്ക് തിരിച്ചു പൊയ്ക്കോളൂ. ഇന്നു മുതൽ സദാസമയവും സ്വന്തം വീടും ചുമന്നു നടക്കാനുള്ള ഗതിയും നിങ്ങൾക്കുണ്ടാവും."

സീയൂസ് ദേവൻ കൈകളുയർത്തി ആമയെ ശപിച്ചു. അത്ഭുതം! ആ നിമിഷത്തിൽ ആമാണ്ടന്റെയും ചങ്ങാതിമാരുടെയും മുതുകിൽ ഓടുമേഞ്ഞതുപോലെ കട്ടിയുള്ള പുറംതോട് രൂപംകൊണ്ടു. അങ്ങനെയാണത്രേ ആമകൾക്ക് ഇന്നത്തെ ആകൃതി കൈവന്നത്.

■

ഗണപതി പൂജ ആരംഭിച്ചതെങ്ങനെ?

ഏതു നല്ല കാര്യം തുടങ്ങുമ്പോഴും ഗണപതിയെ സ്തുതിക്കുന്ന പതിവ് പൊതുവേ ഭാരതത്തിൽ പ്രചാരത്തിലുണ്ട്. ഒരു പുതിയ ഭവനത്തിന്റെ പണി തുടങ്ങുമ്പോഴും ഒരു വിശിഷ്ട ഗ്രന്ഥം എഴുതാൻ തുടങ്ങുമ്പോഴും ഒരു പുതിയ സിനിമയുടെ ഷൂട്ടിംഗ് ആരംഭിക്കുമ്പോഴുമെല്ലാം അതിനു മുന്നോടിയായി ഗണപതിയെ സ്തുതിക്കും. അങ്ങനെ ചെയ്തില്ലെങ്കിൽ ചെയ്യുന്ന പ്രവൃത്തിക്ക് ഗണപതി ഭഗവാൻ വിഘ്നമുണ്ടാക്കുമെന്നാണ് പലരും വിശ്വസിക്കുന്നത്. അതുകൊണ്ടാണ് ഗണപതിക്ക് വിഘ്നേശ്വരൻ എന്നൊരു പേരു തന്നെ ഉണ്ടായത്. സാക്ഷാൽ ദേവന്മാർ വിചാരിച്ചാൽ പോലും ഈ ഗണപതികോപത്തിൽ നിന്ന് രക്ഷപ്പെടാൻ സാധ്യമല്ലത്രേ!

ഒരിക്കൽ ദേവേന്ദ്രനും ദേവന്മാരും ചേർന്ന് ഗോമതീ നദിയുടെ തീരത്ത് ഒരു യാഗം നടത്താൻ ഒരുക്കം തുടങ്ങി. ഈ സമയത്ത് തൊട്ടപ്പുറത്തുള്ള ഒരു പേരാലിൻചുവട്ടിൽ ഗണപതി വിശ്രമിക്കുകയായിരുന്നു.

"ഗണപതിയെ ഒന്നു നേരിൽ കണ്ട് അനുവാദം ചോദിച്ചിട്ട് യാഗം തുടങ്ങുന്നതല്ലേ നല്ലത്?" ഒരു ദേവൻ ചോദിച്ചു.

"ങും അതെന്തിനാ? ആ ആനത്തലയന്റെ ഒത്താശയൊന്നും നമുക്കു വേണ്ട. അതില്ലെങ്കിലും നമ്മുടെ യാഗം ഭംഗിയായി നടന്നോളും." ദേവേന്ദ്രൻ പുച്ഛത്തോടെ പറഞ്ഞു.

ദേവേന്ദ്രന്റെ വാക്കു കേട്ട് ദേവന്മാരെല്ലാം ചേർന്ന് യാഗത്തിനുള്ള ഓരോരോ ഒരുക്കങ്ങൾ ആരംഭിച്ചു. പക്ഷേ എന്തുകാര്യം?

ഉദ്ദേശിച്ചതുപോലെ ഒരു കാര്യവും മുന്നോട്ടു നീങ്ങിയില്ല. ചെയ്യുന്ന കാര്യങ്ങൾക്കൊക്കെ വലിയ തടസ്സമായിരുന്നു.

“ഇങ്ങനെയായാൽ നമ്മുടെ യാഗം എന്നന്നേക്കുമായി മുടങ്ങും. എന്തെങ്കിലുമൊരു പോംവഴി കണ്ടുപിടിച്ചേ തീരൂ.” ദേവന്മാർ തമ്മിൽ തമ്മിൽ കുശുകുശുത്തു.

അതുകേട്ടതോടെ ദേവേന്ദ്രനും അങ്കലാപ്പിലായി. എന്താണ് പോംവഴി? ദേവേന്ദ്രൻ ചിന്തയിലാണ്ടു. വളരെ നേരത്തെ ആലോചനയ്ക്കു ശേഷം അദ്ദേഹം ദേവന്മാരോടു പറഞ്ഞു. "നമുക്ക് നാളെ രാവിലെ മഹാവിഷ്ണുവിന്റെ സന്നിധിയിലേക്ക് പോകാം. നമ്മുടെ ആവലാതി അദ്ദേഹത്തോട് തുറന്നു പറയാം. അദ്ദേഹം ഇതിന് എന്തെങ്കിലുമൊരു പോംവഴി ഉപദേശിച്ചു തരും."

ദേവേന്ദ്രന്റെ അഭിപ്രായം എല്ലാവരും ശരിവെച്ചു. അവർ ഒരു നിവേദനവുമായി പിറ്റേന്നു തന്നെ വിഷ്ണുഭഗവാന്റെ കൊട്ടാരമുറ്റത്തെത്തി.

"എന്താ, എല്ലാവരും അതിരാവിലെ പുറപ്പെട്ടത്? സാക്ഷാൽ ദേവേന്ദ്രൻ തന്നെ മുന്നിലുണ്ടല്ലോ. എന്താ വിശേഷം? കേൾക്കട്ടെ; കേൾക്കട്ടെ?" മഹാവിഷ്ണു അവരുടെ മുന്നിലേക്ക് കടന്നു വന്നു.

"ഒന്നും പറയേണ്ട ഭഗവാനേ. ഞങ്ങളെല്ലാവരും കൂടി സകല ലോകനന്മയ്ക്കായി ഒരു യാഗം നടത്താൻ ഒരുങ്ങുകയായിരുന്നു." ദേവന്മാർ പറഞ്ഞു നിർത്തി.

"എന്നിട്ടെന്തുണ്ടായി?" മഹാവിഷ്ണു ആകാംക്ഷയോടെ ചോദിച്ചു.

"എന്തു പറയാൻ? ചെയ്യുന്ന ഒരു കാര്യവും നേരെയാകുന്നില്ല. എല്ലാത്തിനും തടസ്സം തന്നെ തടസ്സം!" ദേവേന്ദ്രനും കൂട്ടരും ഒരേ സ്വരത്തിൽ ആവലാതിപ്പെട്ടു.

അതുകേട്ടപ്പോൾ മഹാവിഷ്ണുവിന് എന്തെന്നില്ലാത്ത ചിരി വന്നു. അദ്ദേഹം ഉൾക്കണ്ണുകൊണ്ട് എല്ലാക്കാര്യങ്ങളും നേരത്തെ തന്നെ മനസ്സിലാക്കിയിരുന്നു. അദ്ദേഹം പറഞ്ഞു: "നന്ദി കാട്ടേണ്ടിടത്ത് നമ്മൾ നന്ദി കാട്ടിയേ തീരൂ. നന്ദികേടു കാണിച്ചാൽ ഇങ്ങനെയൊക്കെയേ വരൂ."

"അങ്ങ് പറയുന്നതിന്റെ പൊരുളെന്താണെന്ന് ഞങ്ങൾക്ക് മനസ്സിലാകുന്നില്ല." ദേവന്മാർ ഒന്നടങ്കം വിഷ്ണുവിന്റെ വാക്കുകൾക്കായി കാതോർത്തു.

"യാഗം തുടങ്ങുന്നതിന് മുമ്പ് നിങ്ങൾ ഗണപതിയെ ഒന്നു വണങ്ങേണ്ടതായിരുന്നു." മഹാവിഷ്ണു ഓർമ്മപ്പെടുത്തി.

“അതെന്തിനാ?” ദേവേന്ദ്രൻ ഈർഷ്യയോടെ ചോദിച്ചു.

“ഗണപതി വിഘ്നേശ്വരനാണ്. അദ്ദേഹത്തോട് അനാദരവു കാണിച്ചാൽ ഒരു കാര്യവും നേരെയാവില്ല. നിങ്ങളുടെ മനസ്സു നിറയെ അഹങ്കാരവും അസൂയയുമാണ്. അതെല്ലാം ഉപേക്ഷിച്ച് ഗണപതി പൂജ നടത്തിയാലേ നിങ്ങളുടെ യാഗം തടസ്സം കൂടാതെ നടക്കുകയുള്ളൂ.” മഹാവിഷ്ണു അറിയിച്ചു.

അതോടെ ദേവേന്ദ്രനും കൂട്ടർക്കും കാര്യങ്ങളുടെ കിടപ്പ് ശരിക്കും മനസ്സിലായി.

“ശരി, എങ്കിൽ നമുക്ക് ഗണപതിയുടെ അരികിലേക്കു പോകാം.” ദേവേന്ദ്രൻ എല്ലാവരേയും ക്ഷണിച്ചു.

ഒട്ടും വൈകാതെ അവർ ഗോമതീ നദീതീരത്തേക്കു പുറപ്പെട്ടു. മരച്ചുവട്ടിൽ സുസ്മേരവദനനായി കാറ്റുംകൊണ്ടിരുന്ന ഗണപതിയെ അവർ സാഷ്ടാംഗം കൈവണങ്ങി. പുഷ്പങ്ങൾ കൊണ്ട് അവർ അദ്ദേഹത്തിന്റെ പാദങ്ങളിൽ അർച്ചന നടത്തി. അദ്ദേഹം സംപ്രീതനായി.

“ദേവന്മാരേ, നിങ്ങളുടെ യാഗം ഇനിയാതൊരു തടസ്സവും കൂടാതെ നടക്കും. എല്ലാ വിഘ്നങ്ങളും ഇതോടെ തീർന്നിരിക്കുന്നു.” ഗണപതി സർവ്വാഭരണ വിഭൂഷിതനായി ഇന്ദ്രനേയും ദേവഗണങ്ങളേയും അനുഗ്രഹിച്ചു.

ഈ സംഭവത്തോടെയാണത്രേ ഏതു കാര്യം തുടങ്ങുന്നതിന്റെയും മുന്നോടിയായി ഗണപതീപൂജ നടത്തുന്ന രീതി ആരംഭിച്ചത്. ആദ്യമാദ്യം ഗണപതീപൂജ ദേവൻമാരുടെ ഇടയിൽ മാത്രമേ ഉണ്ടായിരുന്നുള്ളൂ. പിന്നെപ്പിന്നെ ഇത് മനുഷ്യരുടെ ഇടയിലും പ്രചാരത്തിലായി.

പൂങ്കോഴി മനുഷ്യരോടൊപ്പം താമസമാക്കിയതെങ്ങനെ?

പണ്ടുപണ്ട് പൂങ്കോഴികൾക്കും മറ്റു പക്ഷികളെപ്പോലെ വളരെ ദൂരം പറക്കാൻ കഴിയുമായിരുന്നത്രെ! എങ്കിലും അക്കാലത്ത് അവയുടെ തലയിൽ ഇന്നു കാണുന്നതുപോലെയുള്ള ചുവപ്പു കിരീടം ഉണ്ടായിരുന്നില്ല. ഈ ചുവപ്പു കിരീടം പൂങ്കോഴിക്ക് എങ്ങനെ കിട്ടി? പറയാം.

ഒരിക്കൽ പക്ഷിസ്ഥാനിൽ ഒരു 'പറക്കൽമേള' നടന്നു. അതിൽ പങ്കെടുക്കാൻ നാടിന്റെ നാനാഭാഗത്തുനിന്നും പലതരം പക്ഷികൾ അവിടെ എത്തിച്ചേർന്നു. എല്ലാ പക്ഷികളെയും തോൽ പ്പിച്ചുകൊണ്ടു കൂടുതൽ ഉയരത്തിലും വേഗത്തിലും പറന്നത് പൂങ്കോഴികളുടെ നേതാവായ കുക്കുടവർമ്മൻ ആയിരുന്നു. സ്റ്റേഡിയത്തിനു നടുവിൽ ഈ രംഗം കണ്ടു കൊണ്ട് പക്ഷി രാജാവായ ഗരുഡൻ തിരുമേനി ഇരിക്കുന്നുണ്ടായിരുന്നു. ശ്വാസ മടക്കിപ്പിടിച്ചുകൊണ്ടാണ് അദ്ദേഹം കുക്കുടവർമ്മന്റെ പറക്കൽ കണ്ടത്. ആനന്ദംകൊണ്ട് മതിമറന്ന ഗരുഡൻ തിരുമേനി തന്റെ ആഭരണപ്പെട്ടിയിൽ സൂക്ഷിച്ചിരുന്ന ചെമ്പുകിരീടം കുക്കുട വർമ്മന്റെ ശിരസ്സിൽ അണിയിച്ചുകൊടുത്തു.

"ഈ സമ്മാനം നിനക്കു മാത്രമുള്ളതല്ല, നിന്റെ വിജയത്തിന്റെ ഓർമ്മയ്ക്കായി ഇനിമേൽ സകലപൂങ്കോഴികൾക്കും ഇതുപോലെ തലയിൽ ഒരു ചുവപ്പു കിരീടമുണ്ടായിരിക്കും!" ഗരുഡൻ തിരു മേനി അവനെ അനുഗ്രഹിച്ചു.

അതോടെ എല്ലാ പൂങ്കോഴികളുടെ തലയിലും ചന്തമുള്ള ഓരോ ചെന്തൊപ്പി ഉണ്ടായി വന്നു. പക്ഷേ എന്തുചെയ്യാം?

ചെന്തൊപ്പി കിട്ടിയതോടെ പൂങ്കോഴികൾ വലിയ പൊങ്ങച്ചക്കാരും പോരാളികളുമായി മാറി.

മറ്റുള്ള പക്ഷികളെ പുച്ഛിക്കുക, അവരുമായി അങ്കം പൊരുതുക, എന്നിവ സാധാരണമായി തീർന്നു.

"ഞങ്ങളേക്കാൾ ഉയരത്തിലും വേഗത്തിലും പറക്കാൻ ആർക്കും കഴിയില്ല." ഇതായിരുന്നു പൂങ്കോഴികളുടെ വിചാരം.

ഇങ്ങനെ കുറെക്കാലം കഴിഞ്ഞു. ഇതിനിടയിലാണ് 'പക്ഷികളുടെ ഒളിമ്പിക്സ്' വന്നെത്തിയത്. അതിലും 'പറക്കൽ മത്സരം' തന്നെയായിരുന്നു പ്രധാന ഇനം.

മത്സരത്തിൽ പങ്കെടുക്കാൻ ഓരോ രാജ്യത്തുനിന്നും പക്ഷികൾ എത്താൻ തുടങ്ങി. ഭാരതത്തിന്റെ ദേശീയപക്ഷിയായ നീലൻ മയിലാണ് ആദ്യം വന്നത്. അവൻ പറഞ്ഞു:

'ഇത്തവണ ഞാൻ പൂങ്കോഴിയുടെ ആധിപത്യം അവസാനിപ്പിക്കും. എല്ലാവരുടെയും കണ്ണഞ്ചിപ്പിച്ചുകൊണ്ട് ഞാൻ മിന്നൽ വേഗത്തിൽ കുതിച്ചുപായും."

നീലൻ മയിലിന്റെ അഭിപ്രായം മത്സരത്തിൽ പങ്കെടുക്കാൻ ഒരുങ്ങിവന്ന പങ്കൻപൂങ്കോഴിക്ക് ഇഷ്ടമായില്ല. പണ്ടത്തെ പറക്കൽവീരൻ കുക്കുടവർമ്മന്റെ ചെറുമകനായിരുന്നു അവൻ. പങ്കൻപൂങ്കോഴി പറഞ്ഞു:

"നീ വല്ല കാവടിയാട്ടത്തിനും പോകുന്നതാ നല്ലത്. എന്നെ തോൽപ്പിക്കാനൊന്നും നീ വളർന്നിട്ടില്ല. ഞാൻ സാക്ഷാൽ കുക്കുടവർമ്മന്റെ വംശത്തിൽ പിറന്നവനാണ്! ഹ...ഹ...ഹ...!"

അതുകേട്ടപ്പോൾ തൊട്ടടുത്തിരുന്ന പരുന്തുണ്ണി വല്ലാതെ കോപിച്ചു.

"എടാ, അഹങ്കാരീ, നിന്നെ തോൽപ്പിക്കാൻ നിസ്സാരനായ എനിക്കു പോലും കഴിയും."

"ഹൊ! പരുന്തുണ്ണിയോ? കോഴിക്കുഞ്ഞുങ്ങളെ റാഞ്ചാനല്ലാതെ നിനക്കെന്തെറിയാം? എന്നോടു കളിക്കേണ്ട; വേഗം പൊയ്ക്കോ." പങ്കൻ പൂങ്കോഴി ഒന്നുകൂടി ഞെളിഞ്ഞു ചാടി.

ഇതിനിടയിൽ മഞ്ഞുമലയിൽ നിന്നു വന്ന പെൻഗ്വിൻ പക്ഷി അവിടെയെത്തി. പെൻഗ്വിൻ പറഞ്ഞു:

"ഒരു പൂങ്കോഴിക്ക് ഇത്ര അഹങ്കാരമോ? നിന്നേക്കാൾ സുന്ദരമായി പറക്കാൻ എനിക്കു കഴിയും."

"അമ്പടാ! മഞ്ഞിൽ മുങ്ങിക്കുളിച്ചു നടക്കുന്ന നീയാണോ എന്നെ തോൽപ്പിക്കാൻ വരുന്നത്? നീ എങ്ങനെയാ മാനത്ത് പറക്കുന്നത്? തോറ്റു തൊപ്പിയിടാൻ നിൽക്കാതെ വേഗം സ്ഥലം വിട്ടോ." പങ്കൻ പൂങ്കോഴി പെൻഗ്വിൻ പക്ഷിയെ പരിഹസിച്ചു.

ഈ സമയത്താണ് 'ഹമ്മിംഗ് ബേർഡ്' അവിടെയെത്തിയത്. പങ്കന്റെ 'ഡംഭ്' പറച്ചിൽ അവനും രസിച്ചില്ല. അവൻ പറഞ്ഞു:

ഹും...! ഒന്നു നിർത്താമോ നിന്റെ ഈ ഡംഭ്! നിന്നേക്കാൾ വേഗത്തിൽ ഞാൻ പറന്ന് മുന്നിലെത്തും. നോക്കിക്കോ.

"ഹയ്യ! പിന്നോട്ടു പറക്കാൻ മാത്രം അറിയുന്ന മണ്ടൂസേ. നീയാണോ എന്നെ തോൽപ്പിക്കാൻ മുന്നോട്ടു വരുന്നത്? വേഗം ആരും കാണാതെ മത്സരരംഗം വിട്ടോളൂ."–പൂങ്കോഴി പരിഹസിച്ചു ചിരിച്ചു.

പൂങ്കോഴി പറഞ്ഞത് ശരിയായിരുന്നു. പിന്നോട്ട് മാത്രം പറക്കുന്ന ഒരു വിചിത്രപക്ഷിയാണ് ഹമ്മിംഗ് ബേർഡ്! പറക്കൽ

മത്സരത്തിൽ പങ്കെടുക്കാൻ വന്ന പക്ഷികളുടെ തർക്കം അങ്ങനെ നീണ്ടുപോയി.

ഏറ്റവും നന്നായി പറക്കാൻ തനിക്കുമാത്രമേ കഴിയൂ എന്ന തിന് പൂങ്കോഴി പലവിധ ന്യായം നിരത്തിവച്ചു.

ഒടുവിൽ മത്സര ദിവസം വന്നു. ഓരോരുത്തരും അവരവ രുടെ കഴിവുകൾ വെവ്വേറെ കാണിക്കണമെന്നതായിരുന്നു മത്സര ത്തിന്റെ നിയമം. ലോകത്തിലെ ഏറ്റവും നീണ്ട പക്ഷിയായ ആൽ ബർട്ട് റോസ് ആയിരുന്നു മത്സരത്തിന്റെ വിധികർത്താവ്.

"പക്ഷികുലത്തിലെ ഏറ്റവും നല്ല പറക്കൽകാരൻ പങ്കൻ പൂങ്കോഴിയാണെന്നല്ലേ പറയുന്നത്! അതുകൊണ്ട് ആദ്യത്തെ പറക്കൽ പങ്കൻ പൂങ്കോഴി നടത്തട്ടെ." മറ്റു പക്ഷികൾ ഒന്നടങ്കം അഭിപ്രായപ്പെട്ടു.

"ഓഹോ, എന്നെ താഴ്ത്തിക്കെട്ടാനാണ് എല്ലാവരുടെയും ശ്രമം! അല്ലേ? അങ്ങനെ താഴുന്നവനല്ല പങ്കൻ. ഞാൻ ശരം കണക്കെ പാറിപ്പോകുന്നതു കണ്ടോളൂ; ആരും നാളെ കള്ളം പറയരുത്."

പങ്കൻ പൂങ്കോഴി ചാടിത്തുള്ളി മത്സരവേദിയിലെത്തി. ആൽ ബർട്ട് റോസ് പറഞ്ഞു:

"ശരി; പറന്നോളൂ. റെഡി! വൺ... ടു... ത്രി!"

പങ്കൻ പൂങ്കോഴി ശക്തിയോടെ മേലോട്ട് പറന്നു. കഷ്ടമേ കഷ്ടം! ആറടി ഉയർന്നപ്പോഴേക്കും ദാ, കിടക്കുന്നു താഴെ!

അതുകണ്ട് മറ്റു പക്ഷികൾ അവനെ കൂക്കിവിളിച്ചു. പക്ഷേ അതൊന്നും വകവെയ്ക്കാതെ ആ അഹങ്കാരി വീണ്ടും പറക്കാൻ ശ്രമിച്ചു. പക്ഷേ, അഞ്ചടി ചെന്നപ്പോഴേക്കും വീണ്ടും തത്തി പ്പൊത്തി താഴെ വീണു! കൂക്കിവിളി വീണ്ടും മുറുകി. അവൻ വാശിയോടെ വീണ്ടും മുകളിലേക്ക് കുതിച്ചുയർന്നു. മൂന്നടി എത്തുംമുമ്പേ വീണ്ടും വീണു. 'പ്ധും!'

പിന്നെ പങ്കൻ പൂങ്കോഴിക്ക് ആരുടെയും മുഖത്തുനോക്കാൻ ആയില്ല. അങ്ങനെ അവൻ പക്ഷിക്കൂട്ടത്തിൽനിന്ന് അകന്ന് മനു ഷ്യരുടെ വീട്ടിൽ താമസവും തുടങ്ങി.

പനി
ഭൂമിയിലെത്തിയതെങ്ങനെ?

പനിയെന്നു കേട്ടാൽ എല്ലാവർക്കും വലിയ പേടിയാണ്; അല്ലേ? പക്ഷേ പേടിച്ചിട്ടെന്തു കാര്യം? പനി എഴുന്നള്ളാൻ തുടങ്ങിയാൽ എല്ലാവരേയും ഒന്നു വിറപ്പിച്ചിട്ടേ മടങ്ങിപ്പോകൂ.

ശരിക്കും പറഞ്ഞാൽ ഭൂമിയിലല്ല പനി ആദ്യം ഉണ്ടായത്; ദേവലോകത്താണ്. അവിടെ നിന്ന് പനിയെ ഇവിടേക്ക് പറഞ്ഞു വിട്ടത് ആരാണെന്നോ? സാക്ഷാൽ പരമശിവൻ! അക്കഥ വളരെ രസകരമാണ് കേട്ടോളൂ.

ഒരിക്കൽ പരമശിവനും പാർവ്വതിയും കൂടി മഹാമേരുപർവ്വതത്തിൽ ഒരു വിനോദയാത്രയ്ക്കു പോയി. അപ്പോഴാണ് ആകാശത്തിലൂടെ ബ്രഹ്മാവും ദേവേന്ദ്രനും വേറെ ചില ദേവന്മാരും എവിടേക്കോ പോകുന്നതു കണ്ടത്.

“എന്താ, ഇവരെല്ലാം എങ്ങോട്ടാ ഇത്ര തിടുക്കത്തിൽ പോകുന്നത്? വല്ല വിശേഷവും ഉണ്ടോ?” പാർവ്വതീദേവി ശിവനോടു ചോദിച്ചു.

“ഗംഗാതീരത്ത് ദക്ഷനെന്നു പേരുള്ള ഒരു രാജാവ് ഒരു യാഗം നടത്തുന്നുണ്ട്. അതിൽ പങ്കെടുക്കാനുള്ള പുറപ്പാടാണ്.” ശിവൻ അരുളിചെയ്തു.

“അപ്പോൾ അതിൽ പങ്കെടുക്കാൻ അങ്ങയെ ക്ഷണിച്ചിട്ടില്ലേ?” പാർവ്വതീദേവി ആരാഞ്ഞു.

“എന്താണെന്നറിയില്ല. എനിക്കു മാത്രം ക്ഷണമില്ല.”ശിവൻ അല്പം പരിഭവത്തോടെ അറിയിച്ചു.

അതു കേട്ടിട്ട് പാർവ്വതീദേവിക്ക് സഹിക്കാൻ കഴിഞ്ഞില്ല. തന്റെ പ്രിയതമനെ ദക്ഷരാജാവ് വല്ലാതെ നാണം കെടുത്തിയിരിക്കുന്നു! ഈ അപമാനം എങ്ങനെ സഹിക്കും? ദേവിയുടെ കണ്ണുകൾ നിറഞ്ഞുതുളുമ്പി.

പാർവ്വതിയുടെ സങ്കടവും അമർഷവും കണ്ട് ശിവനും വല്ലാതെ വിഷമിച്ചു. ശിവൻ ആ നിമിഷം തന്നെ തന്റെ മൂന്നാം കണ്ണ് ചിമ്മിത്തുറന്നു. മൂന്നാം കണ്ണിൽ നിന്ന് ഒരു തുള്ളി കണ്ണീർ അടർന്ന് താഴേക്കു വീണു! അത്ഭുതം! അതിൽ നിന്ന് മൂന്നു കാലും മൂന്നുതലയും ആറുകാലുമുള്ള ഒരു ഭീകര രൂപം പുറത്തേക്ക് ചാടിയിറങ്ങി.

അലറിക്കുതിച്ചുവരുന്ന ആ ഭീകരനെ കണ്ട് ശിവന്റെ ഭൂതഗണങ്ങൾപോലും പേടിച്ചു വിറച്ചു. ‘ജ്വരൻ’ എന്ന പേരാണ് ശിവൻ ആ ഭീകരരൂപിക്കു നൽകിയത്.

ജ്വരൻ ആകാശത്തേക്ക് കുതിച്ചുയർന്നു. അവൻ പാഞ്ഞു ചെന്ന് ദേവന്മാരുടെ ശരീരത്തിൽ പ്രവേശിച്ചു. അതോടെ അവരുടെ ശരീരം ചുട്ടുപൊള്ളാൻ തുടങ്ങി. മാത്രമല്ല; അവരൊക്കെ ‘ഹായ്! ഛീ...’ എന്ന് തുമ്മാനും ചീറ്റാനും പിന്നെ ഞരങ്ങാനും തുടങ്ങി. എന്തുപറയാൻ! വിറച്ചുതുള്ളി ഓരോരുത്തരും ഓരോ മൂലയിൽ ചെന്ന് മൂടിപ്പുതച്ചു കിടപ്പായി!

താമസിയാതെ ഈ വിവരം പരമശിവന്റെ ചെവിയിലെത്തി. ദേവന്മാരെല്ലാം ജ്വരബാധയേറ്റ് വിറച്ചു തുള്ളി കിടക്കുകയാണെന്ന് ശിവൻ മനസ്സിലാക്കി. അദ്ദേഹം അപ്പോൾ തന്നെ ദേവന്മാരുടെ അരികിലെത്തി.

ശിവനെ കണ്ട മാത്രയിൽ തന്നെ ബ്രഹ്മാവ് വിറയാർന്ന സ്വരത്തിൽ പറഞ്ഞു. "മഹാദേവാ, ഏതോ ഒരു ദുർഭൂതം ഞങ്ങളെ പിടികൂടിയിരിക്കയാണ്. അവനെ ഓടിച്ചുവിട്ട് അങ്ങ് ഞങ്ങളെ രക്ഷിക്കണേ!"

തുടർന്ന് സകല ദേവന്മാരും ഇതേ ആവശ്യം തന്നെ ഉന്നയിച്ചു. അതോടെ പരമശിവന്റെ മനസ്സലിഞ്ഞു. അദ്ദേഹം ആ നിമിഷം തന്നെ ജ്വരനെ ദേവന്മാരുടെ ശരീരത്തിൽ നിന്നും ആട്ടിപ്പുറത്തിറക്കി. അതോടെ അവരുടെ പനിയും ചുമയും തുമ്മലും വിറയലുമൊക്കെ മാറി. എല്ലാവർക്കും സന്തോഷമാക്കി.

പരമശിവൻ ജ്വരനോടു പറഞ്ഞു. "ജ്വരാ, ഇനി നീ ഭൂമിയിലേക്കു പൊയ്ക്കോളൂ. അവിടെ വൃത്രൻ എന്നു പേരുള്ള ഒരസുരൻ മഹാദുഷ്ടനായി വിലസുന്നുണ്ട്. ഇന്ദ്രപദവിപോലും തട്ടിയെടുക്കാനുള്ള തന്ത്രങ്ങളാണ് അവൻ പയറ്റിക്കൊണ്ടിരിക്കുന്നത്. നീ അവന്റെ മേൽ പ്രവേശിച്ചോളൂ."

ശിവന്റെ ആജ്ഞ കേൾക്കേണ്ട താമസം. ജ്വരൻ ഭൂമിയിലേക്കു പറന്നു. അവൻ ദുഷ്ടനായ വൃത്രാസുരന്റെ ശരീരത്തിൽ കയറിപ്പറ്റി. അതോടെ വൃത്രാസുരൻ പനിയും ചുമയും വിറയലും ബാധിച്ച് കൂനിക്കൂടി കിടപ്പിലായി. ഈ തക്കം നോക്കി ഇന്ദ്രൻ ഭൂമിയിലെത്തി. വൃത്രാസുരന്റെ കഥകഴിച്ചു.

വൃത്രാസുരന്റെ കഥ കഴിഞ്ഞതോടെ ജ്വരൻ പിന്നെ തെക്കും വടക്കും നോക്കിയില്ല. ഇനി ഇവിടെതന്നെ പറ്റിക്കൂടാം. അവൻ നേരെ മനുഷ്യരുടെ ശരീരത്തിലേക്ക് ഓടിക്കയറി. അതോടെ എല്ലാവരും പനി ബാധിച്ച് കിടപ്പിലായി.

അക്കാലം മുതൽ ഇടയ്ക്കിടെ ഓടിവന്ന് മനുഷ്യരെ കൂട്ടമായി ആക്രമിക്കുന്നത് ജ്വരന്റെ ഒരു ഹോബിയായിത്തീർന്നു. ഈ കൂട്ട ആക്രമണം ഉണ്ടാകുമ്പോഴാണ് ആളുകൾ പകർച്ചപ്പനി പിടിച്ച് കിടപ്പിലാകുന്നതത്രെ! ■

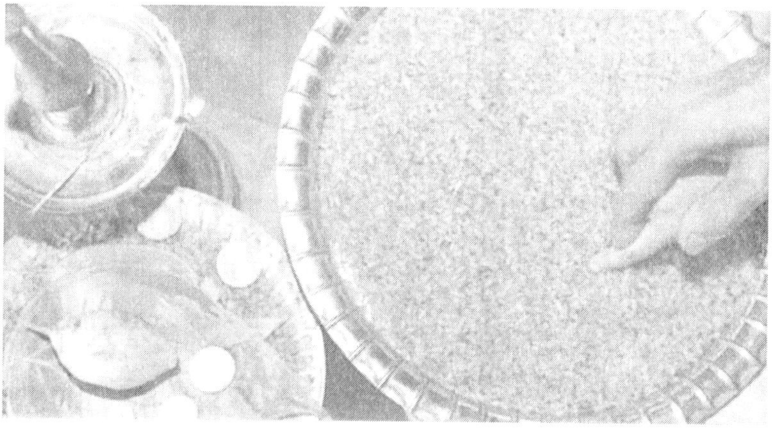

വിദ്യാരംഭച്ചടങ്ങ് ആരംഭിച്ചതെങ്ങനെ?

പണ്ടുപണ്ട് പോത്തിന്റെ തലയുള്ള ഒരു രാക്ഷസനുണ്ടായിരുന്നു. മഹിഷാസുരൻ എന്നാണ് അവനെ എല്ലാവരും വിളിച്ചിരുന്നത്. ആരെ കണ്ടാലും കുത്തിയും വെട്ടിയും ഉപദ്രവിക്കുന്ന ഭയങ്കര നായിരുന്നു അവൻ. മനുഷ്യരെല്ലാം അവനെ പേടിച്ച് പുറത്തി റങ്ങാതായി.

എന്തു പറയാൻ? ഒരിക്കൽ ആ പോത്തുരാക്ഷസൻ കൊമ്പും കുലുക്കിക്കൊണ്ട് ദേവലോകത്തേക്കും പാഞ്ഞു ചെന്നു. ദേവീ ദേവൻമാർ അവനെ പേടിച്ച് നെട്ടോട്ടമോടാൻ തുടങ്ങി. അവർ പരമശിവന്റെയും മഹാവിഷ്ണുവിന്റെയും കാൽക്കൽ വീണിട്ടു പറഞ്ഞു:

“ഭഗവാന്മാരേ, ഒരു പോത്തു രാക്ഷസൻ വന്ന് ഞങ്ങളെ കൊല്ലാക്കൊല ചെയ്യുകയാണ്. അവന്റെ അതിക്രമത്തിൽ നിന്ന് രക്ഷിക്കാൻ കനിവുണ്ടാകണം.”

ദേവീദേവന്മാരുടെ കരച്ചിൽ കേട്ട് ശിവനും വിഷ്ണുവും വല്ലാതെ വിഷമിച്ചു. മഹിഷാസുരനോടുള്ള ദേഷ്യം കൊണ്ട് അവരുടെ കണ്ണിൽ നിന്ന് തീപ്പൊരി ചിതറി. അവർ പറഞ്ഞു:

“ദേവീദേവന്മാരേ, നിങ്ങൾ പേടിക്കാതിരിക്കൂ. മഹിഷാസുരന്റെ കഥകഴിക്കാൻ ഞങ്ങളിതാ തയ്യാറായിക്കഴിഞ്ഞു.”

പെട്ടെന്ന് ശിവന്റെയും വിഷ്ണുവിന്റെയും കണ്ണുകളിൽനിന്ന് ഒരത്ഭുത പ്രകാശം പുറത്തേക്കു വരാൻ തുടങ്ങി. ആ ദിവ്യ വെളിച്ചം ഞൊടിയിട കൊണ്ട് ഭൂമിയിലും ആകാശത്തുമെല്ലാം പരന്നു. പിന്നെ അത് ചുരുങ്ങി ചുരുങ്ങി ഒരു ദേവീരൂപമായി ത്തീർന്നു.

ശിവനും വിഷ്ണുവും പറഞ്ഞു: “ഇതാ നോക്കൂ, നിങ്ങളെ രക്ഷിക്കാൻ മഹാദേവി എത്തിക്കഴിഞ്ഞു. മഹിഷാസുരനെ കൊല്ലാനായി രൂപം കൊണ്ട ശ്രീദുർഗ്ഗയാണിത്!”

അതു കേട്ടതോടെ ദേവീദേവന്മാർ ശ്രീദുർഗ്ഗയ്ക്ക് വിലപ്പെട്ട സമ്മാനങ്ങൾ നൽകി. വിശ്വകർമ്മാവ് രത്നകിരീടവും തോൾ വളകളും നൽകി. വരുണൻ രത്നമോതിരവും ദിവ്യമാലയും കൊടുത്തു. ഹിമവാൻ ഒരുഗ്രൻ സിംഹത്തെ സമ്മാനിച്ചു.

സിംഹത്തിന്റെ പുറത്തുകയറി ശ്രീദുർഗ്ഗ മഹിഷാസുരന്റെ അരികിലേക്കു ചെന്നു..

“എടാ, ദുഷ്ടരാക്ഷസാ, നിന്റെ കഥ കഴിക്കാനാണ് ഞാൻ വന്നിരിക്കുന്നത്. ചുണയുണ്ടെങ്കിൽ ഇറങ്ങി വരൂ; നമുക്ക് പോരാടാം.”

ദേവിയുടെ അലർച്ച കേട്ട് മഹിഷാസുരൻ കൊമ്പും കുലുക്കി ക്കൊണ്ട് പാഞ്ഞെത്തി. കൂടെ അനേകം ശിങ്കിടികളും ഉണ്ടായി രുന്നു. താമസിയാതെ അതിഭയങ്കരമായ പോരാട്ടം തുടങ്ങി. പോരാട്ടം മുറുകിയപ്പോൾ അവനോട് രക്ഷപ്പെട്ടുകൊള്ളാൻ ദേവി മുന്നറിയിപ്പു നൽകി. എന്നാൽ അതനുസരിക്കാതെ അവൻ മുക്ര യിട്ടുകൊണ്ട് ദേവിയെ ആക്രമിക്കാനെത്തി. പോരാട്ടം ഒമ്പതു ദിവസം തുടർന്നു. പത്താം ദിവസം ദേവിയമ്മ ഒരു വലിയ കയർ നീട്ടിയെറിഞ്ഞ് അവനെ ചുറ്റിവരിഞ്ഞു. പിന്നെ മൂർച്ചയേറിയ വാൾകൊണ്ട് അവനെ ആഞ്ഞു വെട്ടി! അതോടെ ആ ഭീകരന്റെ കഥ കഴിഞ്ഞു. നാടെങ്ങും ഒരു പുതുവെളിച്ചം പടർന്നു.

പോത്തൻരാക്ഷസനെ കൊന്ന വാർത്തയറിഞ്ഞ് ദേവീ

ദേവന്മാർ കൂപ്പുകൈകളുമായി ശ്രീദുർഗ്ഗയ്ക്ക് ചുറ്റും കൂടി. അവർ മഹാദേവിക്കു ചുറ്റും ആനന്ദനൃത്തം ചെയ്തു.

പിൽക്കാലത്ത് ആളുകൾ ഇതൊരു ഉത്സവമായി കൊണ്ടാടാൻ തുടങ്ങി. പോരാട്ടം നടന്ന ഒമ്പതു ദിവസങ്ങൾ 'നവരാത്രി' എന്ന പേരിലാണ് ആഘോഷിച്ചത്.

തിന്മയ്ക്കു മേൽ ശ്രീദുർഗ്ഗ വിജയം കൈവരിച്ച 'വിജയ ദശമി'ക്ക് ആളുകൾ വലിയ പ്രാധാന്യം നൽകി. ആ നല്ല ദിവസമാണ് 'വിദ്യാരംഭം' കുറിക്കാനായി എല്ലാവരും തെരഞ്ഞെടുത്തത്. ആ പതിവ് ഇന്നും തുടരുന്നു.

■

കാക്കയ്ക്ക് പതറിയ ശബ്ദം കിട്ടിയതെങ്ങനെ?

കിളിമംഗലത്തെ മഹാരാജാവായിരുന്നു അഴകൻമയിൽ. സ്വന്ത മായി പാട്ടുപാടൻ അറിയില്ലെങ്കിലും നല്ലൊരു സംഗീതപ്രിയ നായിരുന്നു അദ്ദേഹം.

പാട്ടുകാരായ പല പക്ഷികളെയും വിളിച്ചുവരുത്തി അദ്ദേഹം തന്റെ കൊട്ടാരത്തിൽ സംഗീതസദസ്സുകൾ സംഘടിപ്പിക്കാറുണ്ടാ യിരുന്നു.

അഴകൻമയിലിന് തീരെ പ്രായമായി. കിളിമംഗലം ഭരിക്കാൻ പുതിയൊരു രാജാവിനെ വേണം. ഏറ്റവും നന്നായി പാട്ടുപാടുന്ന ഒരു പക്ഷിയെ രാജാവാക്കണമെന്നായിരുന്നു അദ്ദേഹത്തിന്റെ ആഗ്രഹം.

“എന്താ, ഒരു പാട്ടുകാരനെ രാജാവാക്കുന്നതിൽ നിങ്ങൾക്ക് വല്ല എതിർപ്പുമുണ്ടോ?? അഴകൻമയിൽ ചോദിച്ചു.

“ഇല്ലില്ല; തിരുമേനിയുടെ ആഗ്രഹംപോലെ നടക്കട്ടെ.” എല്ലാ പക്ഷികളും അഴകൻ മയിലിന്റെ അഭിപ്രായത്തോട് യോജിച്ചു.

"എങ്കിൽ നമുക്ക് കൊട്ടാരത്തിൽ നല്ലൊരു സംഗീതമത്സരം സംഘടിപ്പിക്കാം." അഴകൻമയിൽ തന്റെ തീരുമാനം അറിയിച്ചു.

ഒട്ടും വൈകാതെ ഒരു ദിവസം അഴകൻമയിലിന്റെ കൊട്ടാരത്തിൽ കെങ്കേമമായ സംഗീത മത്സരം നടന്നു. കാക്കയും മൂങ്ങയും തത്തയും കുരുവിയും മാടത്തെയും മൈനയും കുഞ്ഞാറ്റക്കിളിയും എന്നു വേണ്ട; കാക്കത്തമ്പുരാട്ടിമാർപോലും മത്സരത്തിൽ പങ്കെടുക്കാനുണ്ടായിരുന്നു.

വാശിയേറിയ മത്സരത്തിൽ നമ്പോലൻകാക്കയാണ് ഒന്നാം സ്ഥാനം നേടിയത്. അക്കാലത്ത് കാക്കൾക്ക് നന്നായി പാടാനുള്ള കഴിവുണ്ടായിരുന്നു. ശബ്ദമാധുര്യത്തിൽ കുയിലുകളേക്കാൾ ഏറെ മുന്നിലായിരുന്നു കാക്കകൾ!

പിറ്റേന്നു രാവിലെ കിളിമംഗലം കൊട്ടാരത്തിൽ നടന്ന ചടങ്ങിൽ വെച്ച് അഴകൻമയിൽ തന്റെ തലയിലിരുന്ന മണിക്കിരീടം നമ്പോലൻ കാക്കയുടെ കരിന്തലയിൽ അണിയിച്ചു.

പക്ഷേ എന്തു ചെയ്യാം? കിരീടം തലയിൽ വന്നതോടെ നമ്പോലൻകാക്ക മഹാ അഹങ്കാരിയായി മാറി. അവൻ മറ്റു പക്ഷികളെയെല്ലാം കൊത്താനും കോടാനും പരിഹസിക്കാനും തുടങ്ങി.

സംഗീത മത്സരത്തിൽ തന്നോട് മത്സരിച്ച പക്ഷികളോടെല്ലാം അവന് വലിയ വെറുപ്പും ദേഷ്യവുമായിരുന്നു.

"ഇനിമേൽ ഞാനല്ലാതെ മറ്റൊരു പാട്ടുകാരനും ഇവിടെ വേണ്ട." അവൻ പരസ്യമായി പ്രഖ്യാപിച്ചു.

ഇതിനിടയിലാണ് അഴകൻമയിൽ പുതിയ മഹാരാജാവിനെ സന്തോഷിപ്പിക്കാൻ കെങ്കേമമായ ഒരു സദ്യ ഒരുക്കിയത്.

കിളിമംഗലത്തെ എല്ലാ കിളികളെയും ഈ രാജകീയ സൽക്കാരത്തിലേക്ക് ക്ഷണിച്ചിരുന്നു.

എല്ലാ പക്ഷികളെയും സദ്യയിൽ പങ്കെടുക്കാനായി വളരെ നേരത്തെ തന്നെ പറന്നെത്തി. എന്നാൽ സദ്യ തുടങ്ങേണ്ട സമയം കഴിഞ്ഞിട്ടും നമ്പോലൻ തിരുമേനി മാത്രം അവിടേക്ക് എഴുന്നള്ളിയില്ല.

കാത്തിരുന്ന് കാത്തിരുന്ന് അഴകൻമയിലിന്റെ ക്ഷമ നശിച്ചു. അപ്പോൾ അദ്ദേഹം പറഞ്ഞു:

"കാക്കതിരുമേനി വരുന്നില്ലെങ്കിൽ വേണ്ട; നമുക്കുടനെ സദ്യ ആരംഭിക്കാം."

പറഞ്ഞുതീരേണ്ട താമസം. എല്ലാ വിഭവങ്ങളും ഇലയിൽ "ചട പടാ"യെന്ന് നിറഞ്ഞു. എല്ലാവരും തീറ്റ തുടങ്ങി.

ഹയ്യട! ഇതിനിടയിലായിരുന്നു കാക്കതിരുമേനിയുടെ എഴുന്നള്ളത്ത്! എല്ലാവരും തീറ്റ തുടങ്ങിയെന്നു കണ്ടപ്പോൾ തിരുമേനിക്ക് കോപം വന്നു. അദ്ദേഹം പറഞ്ഞു.

"ങ്ഹാ, എന്നെ കാത്തിരിക്കാതെ എല്ലാവരും തീറ്റ തുടങ്ങിയല്ലേ? തിന്നോളു തിന്നോളൂ; പക്ഷേ പായസം ഒരു തുള്ളി പോലും നിങ്ങൾക്ക് തരില്ല. മുഴുവൻ ഞാൻ കുടിക്കും."

അദ്ദേഹം കലവറയിൽ കടന്ന് ധിക്കാരത്തോടെ പായസ ഉരുളിയിൽ നിന്ന് പായസം കൊത്തി ഒറ്റ വിഴുങ്ങ്!

"ഹമ്മേ... എന്റെ തൊണ്ട പോയേ..." തെമ്മാടിക്കാക്കയുടെ തൊണ്ട മുഴുവൻ പൊള്ളി താറുമാറായി! അതോടെ കാക്കയ്ക്ക് പാടാനുള്ള കഴിവ് നഷ്ടപ്പെട്ടു. അന്നു മുതലാണ് 'ക്രാ ക്രാ' എന്ന പതറിയ ശബ്ദം കാക്കയ്ക്ക് കിട്ടിയത്.

മൃഗങ്ങൾക്ക് വാലുണ്ടായതെങ്ങനെ?

പണ്ടുപണ്ട് മൃഗങ്ങൾക്ക് വാലുണ്ടായിരുന്നില്ല. വാലില്ലാത്തതുകൊണ്ട് ഈച്ചകളും പാറ്റകളും കൊതുകുകളുമൊക്കെ അവരെ വല്ലാതെ ശല്യപ്പെടുത്തിക്കൊണ്ടിരുന്നു.

ഇത്തരം ശല്യക്കാരെ അടിച്ചുകൊല്ലാനും ആട്ടിയോടിക്കാനും ദൈവം മനുഷ്യർക്ക് ഉഗ്രൻ കൈകൾ നൽകി അനുഗ്രഹിച്ചിട്ടുണ്ട്. എന്നാൽ പാവം നാൽക്കാലികൾക്ക് ആ സൗഭാഗ്യം കിട്ടിയില്ല. പ്രാണിശല്യം കൊണ്ട് മൃഗങ്ങൾക്ക് പൊറുതിമുട്ടി.

"ഇങ്ങനെയായാൽ നമ്മുടെ കാര്യം കഷ്ടത്തിലാകുമല്ലോ. പ്രാണികളെ ഓടിക്കാൻ "നമുക്ക് ഓരോ വാലെങ്കിലും കിട്ടാതെ പറ്റില്ല." - മണിയൻ കടുവ അഭിപ്രായപ്പെട്ടു.

"പക്ഷേ എവിടെന്നാണ് നമുക്ക് വാൽ കിട്ടുക?" കാട്ടുപോത്ത് ചോദിച്ചു.

"നമുക്കൊരു പരാതിയുമായി വനദേവതയുടെ പക്കലേക്കു പോകാം" കുഞ്ഞാലൻ കുറുക്കൻ ഒരു പോംവഴി നിർദ്ദേശിച്ചു.

ഒടുവിൽ മൃഗരാജനായ കോവാലൻ സിംഹത്തിന്റെ നേതൃത്വത്തിൽ കുറെ മൃഗങ്ങൾ വനദേവതയെ കാണാൻ പോയി. തങ്ങൾക്കുള്ള സങ്കടം വളരെ ഗൗരവപൂർവ്വം തന്നെ അവർ വനദേവതയെ അറിയിച്ചു.

"നിങ്ങളുടെ ആവശ്യം മിതവും ന്യായവുമാണ്. ഓരോ മൃഗത്തിനും ഓരോ വാലില്ലാതെ പറ്റില്ല. അതു തരുന്ന കാര്യം ഞാനേറ്റു. നാളെ ഏഴരവെളുപ്പിന് കുളിച്ചൊരുങ്ങി പവിഴമല്ലിക്കാട്ടിൽ വന്നോളൂ." വനദേവതയെ എല്ലാവരെയും ഓർമ്മിപ്പിച്ചു.

പിറ്റേന്ന് പുലർച്ചെയ്ക്കു തന്നെ മൃഗങ്ങളെല്ലാം കുളിച്ചൊരുങ്ങി പവിഴമല്ലിക്കാട്ടിൽ വരിവരിയായി നിന്നു. ഒരു വലിയ കുട നിറയെ വാലുകളുമായി വനദേവത കൃത്യസമയത്തുതന്നെ അവിടെ പറന്നെത്തി.

ഒട്ടും വൈകാതെ വാൽ വിതരണം ആരംഭിച്ചു. ആനകൾക്ക് ചൂലുപോലുള്ള വാലു കിട്ടി. കാളയ്ക്കും കാട്ടുപോത്തിനും പുലിക്കും സിംഹത്തിനുമൊക്കെ നല്ല നീളമുള്ള വാലുകളാണ് വനദേവത സമ്മാനിച്ചത്. കുരങ്ങച്ചന്മാർക്ക് ചുരുളൻ വാലുകിട്ടി. മാനുകൾക്കും കരടികൾക്കും നീളം കുറഞ്ഞ വാലാണ് കിട്ടിയത്. കുതിരയ്ക്കും അണ്ണാർക്കണ്ണനുമൊക്കെ പനങ്കുലവാൽ ഒത്തു കിട്ടി.

വാലു കിട്ടിയ ഓരോ മൃഗവും സന്തോഷത്തോടെ വനദേവതയ്ക്കു മുന്നിൽ നൃത്തം വെച്ചു. അധികം വൈകാതെ വനദേവതയുടെ കൂടയിലുള്ള വാലുകളൊക്കെ തീർന്നു. വാൽവിതരണം അവസാനിപ്പിച്ച് വനദേവത കൈ കഴുകുമ്പോളാണ് ഒരു ചങ്ങാതി ഓടിക്കിതച്ച് അവിടെ എത്തിയത്. "അതാരാ?"

എല്ലാവരും തിരിഞ്ഞുനോക്കി, മുയലച്ചൻ!

"ദേവതേ, എനിക്കു മാത്രം വാലു കിട്ടീട്ടില്ല." അവൻ കിതച്ചുകൊണ്ട് വനദേവതയെ നോക്കി.

"അയ്യോ കുഞ്ഞേ! വാലുകളൊക്കെ തീർന്നല്ലോ. ഇത്രയും നേരം നീ എവിടെപ്പോയി കിടക്കുകയായിരുന്നു?" വനദേവത ദേഷ്യപ്പെട്ടു.

"ഞങ്ങളിവനെ രാവിലെ ഇങ്ങോട്ട് വിളിച്ചതാണ്. തണുപ്പത്ത് ഞാൻ വരുന്നില്ലെന്നു പറഞ്ഞ് ഇവൻ മൂടിപ്പുതച്ച് ഉറങ്ങുകയായിരുന്നു." കുരങ്ങന്മാർ അറിയിച്ചു.

"ഓഹോ, ഇവരൊക്കെ വിളിച്ചിട്ടും നീ കുഴിമടിയനായി കിടന്നുറങ്ങുകയായിരുന്നു; അല്ലേ? അതിന്റെ ഫലം നീ തന്നെ അനുഭവിച്ചോളൂ. എന്റെ കൈയിൽ ഇനി വാലൊന്നുമില്ല." വനദേവത കൈമലർത്തി.

ഇതു കേട്ടതോടെ മുയലച്ചൻ നെഞ്ചത്തടിച്ച് കരയാൻ തുടങ്ങി. അവന്റെ കരച്ചിൽ കണ്ട് വനദേവതയ്ക്ക് അലിവു തോന്നി.

ദേവത കൂടയിൽ കയ്യിട്ട് തപ്പാൻ തുടങ്ങി. ഭാഗ്യം! ആരുടെയോ വാലിൽനിന്നുവിട്ടുപോയ ഒരു കുഞ്ഞുക്കഷണം കൂടയുടെ മൂലയ്ക്ക് കിടപ്പുണ്ടായിരുന്നു. ദേവത പറഞ്ഞു: "ദാ, വാലിന്റെ ഒരു പൊടിക്കഷണം ഇതിൽ ബാക്കി കിടപ്പുണ്ട്. ഇതു വച്ചോളൂ."

വനദേവത ആ വാൽക്കഷണം മുയലച്ചന് ഒട്ടിച്ചുകൊടുത്തു. അങ്ങനെയാണ് മുയൽ കുറിവാലനായത്! 'മടികുടി കെടുത്തും' എന്നു കേട്ടിട്ടില്ലേ?

■

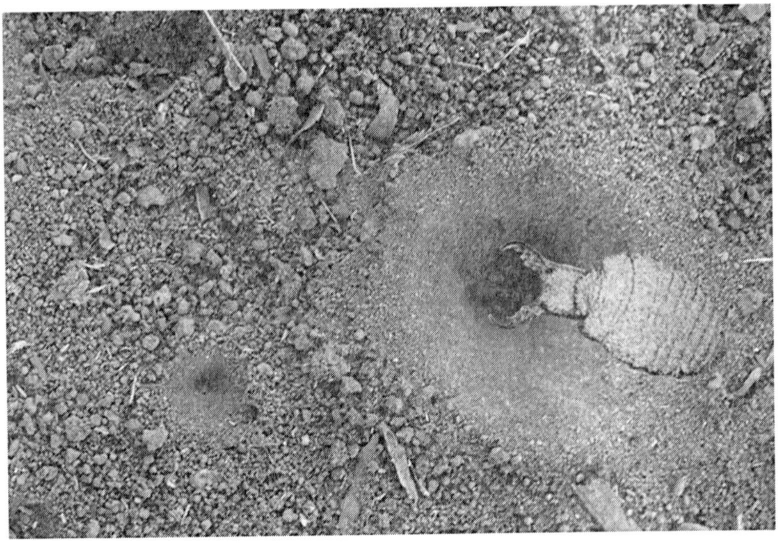

കുഴിയാന ഉണ്ടായതെങ്ങനെ?

പണ്ടുപണ്ട് കുറുമ്പത്തുരുത്തിൽ ഒരു കൂട്ടം ഉറുമ്പച്ചന്മാർ പാർത്തിരുന്നു. കുറുമ്പനുണ്ണിയായിരുന്നു അവരുടെ തലവൻ. അവൻ മഹാകുറുമ്പനും കുശുമ്പനുമായിരുന്നു. കുറുമ്പനുണ്ണി കൂട്ടുകാരെ എപ്പോഴും മാന്തുകയും ഞോണ്ടുകയും കടിക്കുകയും ചെയ്യും.

കുറുമ്പനുണ്ണിയുടെ ശല്യം സഹിക്കവയ്യാതായപ്പോൾ ഒരു ദിവസം ഉറുമ്പച്ചന്മാരെല്ലാം ചേർന്ന് അവനെ മാളത്തിൽനിന്നും അടിച്ചോടിച്ചു. അവർ പറഞ്ഞു.

"കുമ്പനുണ്ണീ തെമ്മാടി
വെക്കം നാടു കടന്നോളൂ
ഇനിമേലിവിടെ കണ്ടെന്നാൽ
കടിച്ചുകീറും സൂക്ഷിച്ചോ."

വീടും കൂടുമില്ലാത്ത കുറുമ്പനുണ്ണി കാട്ടിലൂടെ അലഞ്ഞു തിരിഞ്ഞു. തന്നെ അടിച്ചു പുറത്താക്കിയ ഉറുമ്പച്ചന്മാരെ ഒരു

പാഠം പഠിപ്പിക്കണമെന്ന് അവർ തീർച്ചപ്പെടുത്തി. അപ്പോഴാണ് ആനക്കയത്തെ കുട്ടിശങ്കരൻ കൊമ്പും കുലുക്കി അതുവഴി പാഞ്ഞുവരുന്നതു കണ്ടത്. കുട്ടിശങ്കരനെ കണ്ട് കടുവയും പുലിയുമെല്ലാം ഓടിയൊളിക്കുന്നത് കുറുമ്പനുണ്ണി കണ്ടു.

കുട്ടിശങ്കരനെപ്പോലെ ഒരാനയായി മാറിയാൽ തനിക്കും മറ്റുള്ളവരെ പേടിപ്പിക്കാമെന്നു കുറുമ്പനുണ്ണി വിചാരിച്ചു. അവൻ കാട്ടിലെ മലങ്കാളിയമ്മയെ പ്രാർത്ഥിക്കാൻ തുടങ്ങി.

"കാളീ, പെരിയ മലങ്കാളി
കാട്ടിലെഴുന്ന മഹാകാളി
എന്നുടെ മുന്നിലണഞ്ഞാലും
നന്നായൊന്നു കനിഞ്ഞാലും."

ഒടുവിൽ മലങ്കാളിയമ്മ അവന്റെ മുന്നിൽ പ്രത്യക്ഷപ്പെട്ടു. "എന്നെ ഒരു വലിയ കൊമ്പനാനയാക്കി മാറ്റണമേ"യെന്ന് അവൻ പറഞ്ഞു. പെട്ടെന്ന് മലങ്കാളിയമ്മ അവനെ ഒരു വമ്പൻ കൊമ്പനാനയാക്കി മാറ്റി.

കൊമ്പും തുമ്പിക്കൈയുമിളക്കിക്കൊണ്ടു കുറുമ്പനുണ്ണി കാട്ടിലൂടെ ഞെളിഞ്ഞു നടന്നു. അവനെ കണ്ട് മറ്റു മൃഗങ്ങൾ പേടിച്ചോടി. അവന്റെ അഹങ്കാരം കൂടി. അവൻ വിചാരിച്ചു:

"ഇനിമേലെല്ലാ ജീവികളും
എന്നുടെ മുന്നിൽ കൈകൂപ്പും.
അല്ലാത്തവരെ കുത്തും ഞാൻ
കൊമ്പിൽ കോർത്തുകളിക്കും ഞാൻ."

ആദ്യം പകരം വീട്ടേണ്ടത് പഴയ ചങ്ങാതിമാരോടാണെന്ന് അവനു തോന്നി. അവൻ കുറുമ്പത്തുരുത്തിലേക്ക് യാത്രയായി. ഉറുമ്പച്ചന്മാർ കരിമ്പാറക്കെട്ടിലെ മാളത്തിനു പുറത്തു പണിയെടുത്തുകൊണ്ടിരിക്കുകയായിരുന്നു. അപ്പോഴാണ് അവിടേക്ക് ഒരു കൊമ്പനാന ഓടിവരുന്നത് അവർ കണ്ടത്. അവർ പേടിച്ചു മാളത്തിനകത്തേക്കു കയറി. അതു കണ്ട് കുറുമ്പനുണ്ണി ദേഷ്യത്തോടെ പറഞ്ഞു.

"നിങ്ങടെ കൊച്ചുകുറുമ്പൻ ഞാൻ;
ഇന്നോ വലിയൊരു കൊലയാന.

നിങ്ങളെയെല്ലാം കുത്തിക്കൊല്ലാൻ
ആനച്ചാരായ് മാറീ ഞാൻ."

കൊമ്പനാനയായി തിരിച്ചെത്തിയിരിക്കുന്നതു കുറമ്പനുണ്ണിയാണെന്നറിഞ്ഞ് അവർ മാളത്തിനകത്തിരുന്നു വിറച്ചു. ആരെയും പിടികൂടാൻ കഴിയാത്ത ദേഷ്യത്തിൽ കുറുമ്പനുണ്ണി മാളത്തിൽ ആഞ്ഞു കുത്തി. കരിമ്പാറയിൽ തട്ടി അവന്റെ കൊമ്പുകൾ രണ്ടും തകർന്നു. അവൻ വേദനയോടെ ഉറക്കെ കരഞ്ഞു.

വലുപ്പം കൂടിയ ആനയായതുകൊണ്ടാണ് തനിക്ക് മാളത്തിൽ കടക്കാൻ കഴിയാത വന്നത്. അതുകൊണ്ടു തീരെ ചെറിയ ഒരാനയായി മാറുന്നതാണ് നല്ലതെന്ന് കുറമ്പനുണ്ണിക്കു തോന്നി.

കുറുമ്പനുണ്ണി വീണ്ടും മലങ്കാളിയമ്മയെ പ്രാർത്ഥിക്കാൻ തുടങ്ങി. മലങ്കാളിയമ്മ അവന്റെ മുന്നിൽ പ്രത്യക്ഷപ്പെട്ടു. കാളിയമ്മ ചോദിച്ചു:

"കുറുമ്പനുണ്ണീ പൊന്മകനേ
വിളിപ്പതെന്തിനു വീണ്ടും നീ?
മനസ്സിനുള്ളിലെ മോഹങ്ങൾ
മടികൂടാതെ പറഞ്ഞോളൂ."

അവൻ തന്റെ ആഗ്രഹം മലങ്കാളിയമ്മയെ അറിയിച്ചു. ഉടനെ കാളിയമ്മ അവനെ അനുഗ്രഹിച്ചിട്ടു പറഞ്ഞു:

"ഇന്നു മുതൽ നീ കുഞ്ഞാന
ഇത്തിരിയുള്ളൊരു കുഞ്ഞാന.
ചെറുമാളത്തിൽ കയറീടാം
കൂട്ടരുമൊത്തു കഴിഞ്ഞീടാം."

അത്ഭുതം! പെട്ടെന്ന് കുറുമ്പനുണ്ണി കുന്നിക്കുരുവിനോളം ചെറിയ ഒരു കുഞ്ഞാനയായി മാറി. അവൻ ഉറുമ്പച്ചന്മാരോടു പകരം വീട്ടാനായി ഉറുമ്പുമടയിലെത്തി. അവൻ പറഞ്ഞു,

"കുറുമ്പനുണ്ണിക്കുട്ടൻ ഞാൻ;
ഇന്നോ ചെറിയൊരു കുഞ്ഞാന
നിങ്ങളെയെല്ലാം തോൽപ്പിക്കാൻ
രൂപം മാറിയ കുഞ്ഞാന."

കുറുമ്പനുണ്ണി ഉറുമ്പച്ചന്മാരെ പേടിപ്പിക്കാൻ നോക്കി. പക്ഷേ, ഇത്തവണ അവർ പേടിച്ചില്ല. മാളത്തിൽ ഒളിച്ചതുമില്ല. അവർ പറഞ്ഞു,

"കുറുമ്പനുണ്ണീ ചങ്ങാതി
കഷ്ടം നിന്നുടെ കഥയിപ്പോൾ
അടിപിടികൂടാൻര പോകാതെ
നല്ലവനായി കഴിയൂ നീ."

തന്നെ ആർക്കും പേടിയില്ലെന്ന് അവനു മനസ്സിലായി. അവൻ പറഞ്ഞു:

"ചങ്ങാതികളേ, ഞാനിനിമേൽ
തെമ്മാടിത്തം കാട്ടില്ല.
മാളത്തിന്റെ പുറത്തായ് ഞാൻ
കൂടുണ്ടാക്കി പാർത്തോളാം."

കുറുമ്പനുണ്ണി ഉറുമ്പുമാളത്തിനു പുറത്തുള്ള മണ്ണിൽ ഒരു കുഴി കുഴിച്ച് അതിൽ താമസമാക്കി. നാണക്കേടുകൊണ്ട് അവൻ തല മണ്ണിൽ പൂഴ്ത്തിവെച്ചു മറ്റുള്ളവർ 'കുഴിയാന' എന്നു വിളിച്ച് അവനെ കളിയാക്കി. അന്നുമുതലാണ് ഭൂമിയിൽ കുഴിയാനകൾ ഉണ്ടായത്.

■

ഞണ്ട് പരന്നതെങ്ങനെ?

പണ്ടുപണ്ട് ഞണ്ടിന് പന്തുപോലെ ഉരുണ്ട ആകൃതിയായിരുന്നു. പിന്നെ എങ്ങനെ ഈ വിദ്വാന് ആകൃതി കിട്ടി? അതിനു പിന്നിൽ രസകരമായ ഒരു കഥയുണ്ട്. കേട്ടോളൂ...

പൊന്നാനിപ്പുഴയുടെ തീരത്താണ് പൊന്നൻ ഞണ്ട് താമസിച്ചിരുന്നത്. ഞണ്ടിന്റെ വീടിനടുത്തായി ഒരു വലിയ തേന്മാവ് നിന്നിരുന്നു.

ഒരിക്കൽ പൊന്നൻ ഞണ്ടിന് ഒരു മാമ്പഴം തിന്നാൻ കൊതിയായി. അവൻ തന്റെ ചങ്ങാതിയായ കണ്ടൻ ചുണ്ടെലിയോട് ചോദിച്ചു:

“ചുണ്ടെലിച്ചേട്ടാ, എനിക്ക് നല്ലൊരു മാമ്പഴം പറിച്ചു തരാമോ?”

ഇതുകേട്ട് കണ്ടൻ ചുണ്ടെലി തേന്മാവിൽ തത്തിക്കയറി. ഒരു മാമ്പഴക്കുല അടർത്തി താഴേക്കിട്ടു. പൊന്നൻ ഞണ്ട് അപ്പോൾത്തന്നെ അതിൽനിന്ന് ഒരു മാമ്പഴം പൊക്കിയെടുത്തുകൊണ്ട് വീട്ടിലേക്കു പോയി. പക്ഷേ ഒരു കുഴപ്പം പറ്റി. എന്തെന്നോ?

കണ്ടൻ ചുണ്ടെലി മാമ്പഴം താഴേക്കിട്ടപ്പോൾ അതിൽ നിന്ന് ഒരെണ്ണം തെറിച്ച് മാഞ്ചുവട്ടിലുള്ള കട്ടുറുമ്പിന്റെ കൂട്ടിൽ വീണു!

കൂടു പൊളിഞ്ഞ് കട്ടുറുമ്പുകൾ ദേഷ്യത്തോടെ പുറത്തുചാടി. അപ്പോൾ അതുവഴി ചേന്നൻ പന്നി നടന്നുപോകുന്നതാണ് അവർ കണ്ടത്.

തലവനുറുമ്പ് പറഞ്ഞു, “നമ്മുടെ കൂടു തകർത്ത ചേന്നൻ പന്നി അതാ പോകുന്നു. വേഗം ചെല്ല്. അവനെ കടിച്ചു കൊല്ല്.”

ഇതുകേട്ട് കട്ടുറുമ്പുകളെല്ലാം കൂട്ടമായി പാഞ്ഞുചെന്ന് ചേന്നൻ പന്നിയെ കടിക്കാൻ തുടങ്ങി.

പേടിച്ചോടിയ ചേന്നൻ പന്നി വഴിവക്കത്തെ അരയാലിന്മേൽ ചെന്നിടിച്ചു.

അരയാലിന്റെ കൊമ്പത്ത് ഒരു കടവാതിൽ തൂങ്ങിക്കിടപ്പുണ്ടായിരുന്നു. കൊമ്പു കുലുങ്ങിയപ്പോൾ കടവാതിൽ പേടിച്ച് അമ്പലപ്പറമ്പിലേക്ക് പറന്നു. അവിടെ തളച്ചിട്ടിരുന്ന ഒരു കൊമ്പനാനയുടെ ചെവിയിലാണ് അവൻ കയറിയൊളിച്ചത്.

കൊമ്പനാന ഭയന്ന് തൊട്ടടുത്തു താമസിക്കുന്ന കുട്ടിപ്പാറുവിന്റെ മുതുകത്തു വീണു. കുട്ടിപ്പാറു കോപിച്ച് കൊമ്പനാനയുടെ വാലിൽപ്പിടിച്ച് നിർത്തിയിട്ട് കുട്ടിപ്പാറു പറഞ്ഞു:

“കൊമ്പനാനേ, വമ്പനാനേ...! നീയെന്തിനാ എന്റെ കുടിൽ തകർത്തത്? നിന്നെ ഞാനിന്ന് കൊല്ലും.”

ഇതുകേട്ട് കൊമ്പനാന പറഞ്ഞു.

“ഒരു കടവാതിൽ പറന്നുവന്ന് എന്റെ ചെവിക്കകത്ത് കയറിയതുകൊണ്ടാ ഞാൻ പേടിച്ചോടി കുടിലിൽ വന്നു തട്ടിയത്.”

“അമ്പട കടവാതിലേ” അവൾ വേഗം ആനച്ചെവിയിൽ കയ്യിട്ട് കടവാതിലിനെ പുറത്തെടുത്തു.

“കടവാതിലേ, നീയെന്തിനാ ഈ കൊമ്പന്റെ ചെവിയിൽ

കയറിയത്? അതുകൊണ്ടെനിക്ക് വീടില്ലാതായി. നിന്നെ ഞാൻ കൊല്ലും?"

കടവാതിൽ കരഞ്ഞുകൊണ്ടു പറഞ്ഞു:

"ചേന്നൻ പന്നി ഓടിവന്ന് അരയാലിന്മേൽ ഇടിച്ചതുകൊണ്ടാ ഞാൻ പേടിച്ചോടി ആനച്ചെവിയിൽ കയറിയത്."

ഇതുകേട്ട് കുട്ടിപ്പാറു ചേന്നൻ പന്നിയെ പിടികൂടി. എന്നിട്ടു ചോദിച്ചു:

"ചേന്നൻ പന്നീ, നീയെന്തിനാ ആൽമരം കുലുക്കി കടവാതിലിനെ പറപ്പിച്ചത്? അതുകൊണ്ടെനിക്ക് വീടില്ലാതായി. നിന്നെ ഞാൻ കൊല്ലും."

ചേന്നൻ പന്നി കരഞ്ഞുകൊണ്ടു പറഞ്ഞു:

"അയ്യോ...! കട്ടുറുമ്പുകൾ കൂട്ടം ചേർന്ന് എന്നെ കടിച്ചതുകൊണ്ടാ ഞാൻ പേടിച്ചോടി ആൽമരത്തിൽ ചെന്നിടിച്ചത്."

കുട്ടിപ്പാറു ഉടനെ കട്ടുറുമ്പുകളുടെ അടുക്കലെത്തി ചോദിച്ചു:

"നിങ്ങളെന്തിനാ ചേന്നൻ പന്നിയെ കടിച്ചത്? അതുകൊണ്ടെനിക്കു വീടില്ലാതായി. എല്ലാവരെയും ഞാൻ കൊല്ലും."

തലവനുറുമ്പ് കരഞ്ഞുകൊണ്ടു പറഞ്ഞു:

"അയ്യോ? ചേന്നൻ പന്നി ഞങ്ങളുടെ കൂടു തകർത്തതുകൊണ്ടാ ഞങ്ങളവനെ കടിച്ചത്."

ഇതുകേട്ട് കുട്ടിപ്പാറു വീണ്ടും ചേന്നമ്പന്നിയോടു ചോദിച്ചു:

"ചേന്നൻ പന്നീ, നീയെന്തിനാ കട്ടുറുമ്പുകളുടെ കൂടു തകർത്തത്? അതുകൊണ്ടെനിക്ക് വീടില്ലാതായി. നിന്നെ ഞാൻ കൊല്ലും."

ചേന്നൻ പന്നി കരഞ്ഞുകൊണ്ടു പറഞ്ഞു:

"കണ്ടൻ ചുണ്ടെലി മാമ്പഴം വലിച്ചെറിഞ്ഞതുകൊണ്ടാ ഉറുമ്പിൻകൂടു തകർന്നത്."

കുട്ടിപ്പാറു കണ്ടൻ ചുണ്ടെലിയെ പിടികൂടി. എന്നിട്ടു ചോദിച്ചു:

"നീയെന്തിനാ കട്ടുറുമ്പിന്റെ കൂട്ടിലേക്ക് മാമ്പഴം വലിച്ചെറിഞ്ഞത്? അതുകൊണ്ടെനിക്ക് വീടില്ലാതായി. ഞാൻ നിന്നെ കൊല്ലും."

കണ്ടൻ ചുണ്ടെലി പറഞ്ഞു: "അയ്യോ! പൊന്നൻ ഞണ്ടിനു തിന്നാൻ മാമ്പഴം പറിച്ചതുകൊണ്ടാ കട്ടുറുമ്പിന്റെ കൂട്ടിൽ ചെന്നു വീണത്."

"ഇതുകേട്ട് കുട്ടിപ്പാറു പൊന്നൻ ഞണ്ടിന്റെ വീട്ടിലെത്തി. കുട്ടിപ്പാറു ചോദിച്ചു.

"പൊന്നൻ ഞണ്ടേ, നീയെന്തിനാ കണ്ടൻ ചുണ്ടെലിയെക്കൊണ്ടു മാമ്പഴം പറിപ്പിച്ചത്? അതുകൊണ്ടെനിക്കു വീടില്ലാതായി. നീ എനിക്കൊരു വീടു വച്ചു തരണം."

അപ്പോൾ പൊന്നൻ ഞണ്ടു പറഞ്ഞു: "ശരി ഞാൻ വീടു വെച്ചു തരാം. പക്ഷേ, എന്റെ പണം മുഴുവൻ പാറക്കടവിലെ പാറക്കല്ലിന്റെ അടിയിൽ വെച്ചിരിക്കയാണ്. ഞാൻ പോയി എടുത്തിട്ടു വരാം." പൊന്നൻ ഞണ്ട് പയ്യെ നടക്കാൻ തുടങ്ങി.

"എങ്കിൽ ഞങ്ങളും നിന്റെ കൂടെ വരാം." കൊമ്പനാനയും കടവാതിലും ചേന്നൻ പന്നിയും കണ്ടൻചുണ്ടെലിയും കുട്ടിപ്പാറുവും പൊന്നൻ ഞണ്ടിനോടൊപ്പം പാറക്കടവിലേക്കു യാത്രയായി. പാറക്കടവിലെത്തിയപ്പോൾ പൊന്നൻ ഞണ്ട് പെട്ടെന്ന് പാറക്കല്ലിനടിയിലേക്ക് കയറിപ്പോയി. കുറേക്കഴിഞ്ഞിട്ടും അവൻ തിരിച്ചു വന്നില്ല. "അവൻ ചതിയനാണ്. അവനെ വിടരുത്." കുട്ടിപ്പാറു ദേഷ്യത്തോടെ പറഞ്ഞു.

ഇതുകേട്ടതോടെ എല്ലാവരുംകൂടി പാറ ശക്തിയായി അമർത്തി. എന്നിട്ടും പുറത്തു ചാടാതെ അവൻ പാറയ്ക്കടിയിൽത്തന്നെ ഒളിച്ചിരുന്നു.

കുറേനേരം കഴിഞ്ഞ് എല്ലാവരും പോയെന്നു മനസ്സിലാക്കിയപ്പോൾ പൊന്നൻ ഞണ്ട് പയ്യെ പുറത്തിറങ്ങി. കഷ്ടം! അപ്പോൾ അവൻ ഒരു വലിയ വടപോലെ പരന്നുകഴിഞ്ഞിരുന്നു. ഇങ്ങനെയാണത്രേ ഞണ്ടിന് നാം ഇപ്പോൾ കാണുന്നതുപോലുള്ള പരന്ന ആകൃതി കിട്ടിയത്.

■

ഭൂമിയിൽ ആപ്പിൾമരം ഉണ്ടായതെങ്ങനെ?

ഒരിക്കൽ ഒരു സ്വർഗ്ഗവാതിൽപ്പക്ഷി എങ്ങനെയോ വഴിതെറ്റി കിങ്ങിണിക്കാടിന്റെ താഴ്വരയിലെത്തി. അവൾക്ക് വല്ലാതെ പനിക്കുന്നുണ്ടായിരുന്നു. 'എവിടെയെങ്കിലും ഇത്തിരിനേരം ഇരിക്കണം.'

ഇങ്ങനെ വിചാരിച്ചു പറക്കുമ്പോഴാണ് പെട്ടെന്ന് ഇടിയും മിന്നലും കൊടുങ്കാറ്റും ആരംഭിച്ചത്. 'ഹൊ! ഇനിയന്തു ചെയ്യും? ഒരു താവളം കിട്ടിയില്ലെങ്കിൽ താൻ കുളിർന്നു വിറച്ചു ചാകും?' സ്വർഗ്ഗവാതിൽപ്പക്ഷി വല്ലാതെ പേടിച്ചു.

താഴ്വരയിൽ രണ്ടു മരങ്ങൾ നിൽക്കുന്നത് അവൻ കണ്ടു. ഒരു തടിയൻ മരവും ഒരു മെലിഞ്ഞ മരവും. അവൾ വേഗം തടിയൻ മരത്തിന്റെ അരികിലെത്തി.

"വന്മരമേ പൊന്മരമേ, ഞാനൊരു പനി പിടിച്ച പാവം പക്ഷിയാണ്. മഴകൊണ്ടാൽ ഞാൻ ചത്തുപോകും. എനിക്കിരിക്കാൻ നിന്റെ ചില്ലക്കൊമ്പിൽ ഒരിടം വേണം."

"ഛീ അസത്തേ! വേഗം കടന്നുപൊയ്ക്കോളൂ. രോഗികൾക്ക് ഇരിക്കാനുള്ള സ്ഥലമല്ലിത്." വമ്പൻമരം അവളെ ആട്ടിപ്പായിച്ചു.

അവൾ കരഞ്ഞുകൊണ്ട് മെലിഞ്ഞ മരത്തിന്റെ അടുക്കലെത്തി. "ചിന്നമരമേ പൊന്നുമരേ, പനിപിടിച്ച പാവം പക്ഷിക്ക് ഒരിടം തരണേ."

"എങ്കിൽ വേഗം അകത്തുകേറിയിരുന്നോളൂ." സ്വർഗ്ഗവാതിൽപ്പക്ഷി മെലിഞ്ഞ മരത്തിന്റെ ചില്ലകൾക്കിടയിൽ കേറിയിരുന്നു. മരം ഇലകൾകൊണ്ട് പക്ഷിയെ പൊതിഞ്ഞു. പക്ഷിക്ക്

ആശ്വാസമായി. ഇതിനിടയിൽ ഇടിയും മഴയും കൊടുങ്കാറ്റും വല്ലാതെ അഴിഞ്ഞാടി. കുറേ നേരം കഴിഞ്ഞപ്പോൾ കാറ്റും മഴയും നിന്നു. സ്വർഗ്ഗവാതിൽപ്പക്ഷി പോകാനൊരുങ്ങി. അവൾ മരത്തോടു പറഞ്ഞു:

"എന്നെ രക്ഷിച്ച നന്മമരമേ, ഇനിമേൽ നിന്റെ ചില്ലകൾ മധുരമുള്ള ഫലങ്ങൾകൊണ്ടു നിറയും. എല്ലാവരും നിന്നെ ആപ്പിൾമരമെന്നു വിളിക്കും."

ഇതുകേട്ട് തൊട്ടരികിൽ നിന്ന വമ്പൻ മരത്തിന് അസൂയ തോന്നി. "അയ്യയ്യേ! ഈ പീഠമരത്തെ മാത്രമാണോ നീ അനുഗ്രഹിക്കുന്നത്? എനിക്കും വേണ്ടേ നിന്റെ അനുഗ്രഹം?"

"ശരി; നിനക്കു പറ്റിയ അനുഗ്രഹം നിനക്കു തരാം. നിന്റെ കായ്കൾക്ക് ഇനിമേൽ എക്കാലത്തും കൊടുംകയ്പുരസമായിരിക്കും. ആളുകൾ നിന്നെ 'കാഞ്ഞിരമര'മെന്നു വിളിക്കും."

സ്വർഗ്ഗവാതിൽപ്പക്ഷി വെള്ളിച്ചിറകുകൾ വീശി അവിടെ നിന്നും പറന്നകന്നു! അങ്ങനെയാണ് ഭൂമിയിൽ ആപ്പിൾമരങ്ങളും കാഞ്ഞിരമരങ്ങളും ഉണ്ടായത്. നന്മ ചെയ്യുന്നവന് നന്മ; തിന്മ ചെയ്യുന്നവന് തിന്മ! ■

ഓന്തുകൾക്ക് നിറം മാറാൻ കഴിവുണ്ടായതെങ്ങനെ?

പണ്ടുപണ്ട് മരുത്തൻ എന്നുപേരായ ഒരു രാജാവുണ്ടായിരുന്നു. അദ്ദേഹം കാട്ടിൽവെച്ച് ഒരു വലിയ യാഗം നടത്താൻ തീരുമാനിച്ചു. യാഗത്തിൽ പങ്കെടുക്കാനായി കുറെ ദേവന്മാർ ഭൂമിനിലേക്കു വന്നു. ഇന്ദ്രൻ, യമൻ, കുബേരൻ, വരുണൻ എന്നിവരും അക്കൂട്ടത്തിലുണ്ടായിരുന്നു.

ഇന്ദ്രനും കൂട്ടരും മരുത്തന്റെ യാഗസ്ഥലത്തെത്തിയ വിവരം രാക്ഷസ രാജാവായ രാവണൻ അറിഞ്ഞു. രാവണൻ ആ വഴിക്ക് പടയോട്ടം നടത്തി വരുന്ന സമയമായിരുന്നു അത്.

രാവണൻ ദേവന്മാരെ പിടികൂടാനായി മരുത്തന്റെ യാഗശാലയ്ക്കു സമീപം പാഞ്ഞെത്തി. പേടിച്ചുവിറച്ച ദേവന്മാർ പെട്ടെന്ന് ഓരോരോ ജന്തുക്കളുടെ രൂപം പൂണ്ട് അവിടവിടെ ഒളിച്ചിരുന്നു.

ഇന്ദ്രൻ മയിലിന്റെ രൂപമാണ് സ്വീകരിച്ചത്. യമൻ കാക്കയായി മാറി. കുബേരൻ ഓന്തിന്റെ ആകൃതി പൂണ്ടു. വരുണൻ അരയന്നത്തിന്റെ രൂപം കൈവരിച്ചു.

രാവണന് ദേവന്മാരെ പിടികൂടാൻ കഴിഞ്ഞില്ല. ഇളിഭ്യനായ രാക്ഷസ വീരൻ അപ്പോൾത്തന്നെ അവിടം വിട്ടുപോയി.

ഇന്ദ്രനും ചങ്ങാതിമാരും വീണ്ടും ഒത്തുകൂടി. അന്നു മുതൽ ഇന്ദ്രന് മയിലിനോടും യമന് കാക്കയോടും കുബേരന് ഓന്തിനോടും വരുണന് അരയന്നത്തോടും വലിയ താത്പര്യം തോന്നി.

ഇന്ദ്രൻ മയിലിന്റെ നീലപ്പീലികൾക്ക് മഴവില്ലിന്റെ ഭംഗിയും തന്റെ കണ്ണിന്റെ ആകൃതിയും നൽകി. യമൻ കാക്കകൾക്ക്

ബലിച്ചോറ് കൊത്തിത്തിന്നാനുള്ള അവകാശം കൊടുത്തു. വരുണൻ അരയന്നത്തിന് തൂവെള്ള നിറം സമ്മാനിച്ചു. കുബേരൻ ഓന്തിന് വേണ്ടപ്പോൾ വേണ്ട നിറം സ്വീകരിക്കാനുള്ള പ്രത്യേകമായ വരവും നൽകി.

അന്നുമുതൽക്കാണത്രേ ഓന്തുകൾ അതതു പരിസരത്തിനു യോജിച്ച നിറം സ്വീകരിക്കാൻ തുടങ്ങിയത്. ■

തവളകൾക്ക് വാലില്ലാതായതെങ്ങനെ?

ഒരു കാലത്ത് എല്ലാ തവളകൾക്കും നീണ്ട വാലുണ്ടായിരുന്നത്രെ. ആ വാല് എങ്ങനെ നഷ്ടപ്പെട്ടെന്നല്ലേ? അതിന് രസകരമായി ഒരു കഥയുണ്ട്; കേട്ടോളൂ.

പണ്ടുപണ്ട് വലിയ പണക്കാരനായ ഒരു ഞണ്ടുണ്ടായിരുന്നു. പൊന്നൻ എന്നായിരുന്നു മൂപ്പിലാന്റെ പേര്.

എന്നും രാവിലെ കുളിച്ചൊരുങ്ങി അദ്ദേഹം തന്റെ 'മാർജിൻ ഫ്രീ മാർക്കറ്റി'ലേക്ക് പുറപ്പെടും.

പുഴവക്കത്ത് വലിയൊരു ബംഗ്ലാവും എസ്റ്റേറ്റും പൊന്നൻ ഞണ്ടിന് സ്വന്തമായി ഉണ്ടായിരുന്നു. എസ്റ്റേറ്റിനകത്തെ തോട്ടത്തിൽ പല കൃഷികളും ചെയ്തിരുന്നു.

പൊന്നൻ ഞണ്ട് മാർക്കറ്റിലേക്കു പോയാൽപ്പിന്നെ ബംഗ്ലാവും എസ്റ്റേറ്റും മറ്റും കാത്തു സൂക്ഷിക്കാൻ ആരുമുണ്ടായിരുന്നില്ല. കള്ളന്മാർ കടന്ന് വീട്ടുസ്വത്തുക്കൾ മോഷ്ടിച്ചാലോ? തോട്ടവിളകൾ ആരെങ്കിലും പറിച്ചുകൊണ്ടുപോയാലോ?

ഇങ്ങനെ ചിന്തിച്ചപ്പോഴാണ് വിശ്വസ്തനായ ഒരു മാനേജരുടെ ആവശ്യം മനസ്സിലാക്കിയത്.

പൊന്നൻ ഞണ്ട് 'ജന്തുസ്ഥാൻ ടൈംസി'ന്റെ എല്ലാ എഡിഷനുകളിലും പരസ്യം കൊടുത്തു:

ഒടുവിൽ യോഗ്യരിൽ യോഗ്യനും വിശ്വസ്തരിൽ വിശ്വസ്തനുമായ കുഞ്ഞൻ തവളയെ മാനേജരായി നിയമിച്ചു.

പൊന്നൻ ഞണ്ടിന് സന്തോഷമായി, സമാധാനമായി. ഇനി

തന്റെ എസ്റ്റേറ്റും ബംഗ്ലാവുമെല്ലാം സുരക്ഷിതമായിരിക്കും. കള്ള ന്മാരോ കടന്നു കയറ്റക്കാരോ വരുമെന്ന ഭയവും വേണ്ട.

മാസങ്ങൾ പലതു കഴിഞ്ഞു. മലക്കറിത്തോട്ടം പൂവണിഞ്ഞു. പടർന്നു കിടക്കുന്ന പയറുചെടികളിൽ അച്ചിങ്ങാപ്പയറുകൾ ഉണ്ടായിത്തുടങ്ങി.

ഒരു ദിവസം പൊന്നൻ ഞണ്ട് പതിവിലും നേരത്തെ മാർ ക്കറ്റിൽ നിന്നും ബംഗ്ലാവിലെത്തി. തോട്ടമൊക്കെ ഒന്ന് ചുറ്റിനടന്ന് പരിശോധിക്കാൻ മൂപ്പീന്ന് തീരുമാനിച്ചു.

അപ്പോഴാണ് ഒരു കാര്യം ശ്രദ്ധയിൽപ്പെട്ടത്. തോട്ടത്തിൽ നിന്നിരുന്ന അച്ചിങ്ങാപ്പയറൊന്നും കാണുന്നില്ല. ഇതെന്തു കഥ? ഈ പയറൊക്കെ ആരു കൊണ്ടുപോയി? തോട്ടം നിറയെ കുല കുലയായി തൂങ്ങിക്കിടന്നതാണല്ലോ!

ഏതോ കള്ളൻ കടന്നിരിക്കുന്നു! അദ്ദേഹം ഗൗരവസ്വര ത്തിൽ മാനേജരെ വിളിച്ചു.

"എടോ കുഞ്ഞാ?"

"എന്തോന്നാ ഏമാനേ?"

"എടോ, നമ്മുടെ ഈ അച്ചിങ്ങാപ്പയറൊക്കെ ആരു കൊണ്ടു പോയി?"

"അയ്യോ, ഞാൻ കണ്ടില്ലല്ലോ. കണ്ണിലെണ്ണയൊഴിച്ച് കാത്തി രുന്നതാ. ചെലപ്പോ രാത്രീല് വല്ല എലികളോ പെരുച്ചാഴികളോ കടന്നിരിക്കും." മാനേജർ വിശദീകരിച്ചു.

അന്നു രാത്രി പൊന്നൻ ഞണ്ട് കട നേരത്തെ പൂട്ടി തോട്ട ത്തിലെത്തി. അയ്യോ പയറ് പിന്നെയും കുറഞ്ഞിരിക്കുന്നല്ലോ! എന്താണിതിന്റെ രഹസ്യം?

ദിവസങ്ങൾ പിന്നെയും കടന്നുപോയി. ഊണും ഉറക്കവു മില്ലാതെ പൊന്നൻ ഞണ്ട് പല രാത്രികളിലും കള്ളനെ പിടി ക്കാൻ ശ്രമം നടത്തി. പക്ഷേ, ഒരു തുമ്പും കിട്ടിയില്ല. പയറാണെ ങ്കിൽ കുറഞ്ഞ് വരികയും ചെയ്യുന്നു.

ഒരു ദിവസം പതിവുപോലെ മൂപ്പിലാൻ മാർക്കറ്റിലേക്കു പോകാനുള്ള ഭാവത്തിൽ വീട്ടിൽനിന്ന് പുറത്തിറങ്ങി. കുഞ്ഞൻ തവള ഗേറ്റുവരെ യജമാനനെ അനുഗമിച്ചു. അവൻ പറഞ്ഞു.

“ഏമാനേ, ഇന്നു ഞാൻ ശരിക്കും നോക്കിക്കൊള്ളാം. ആരു വന്നാലും ഞാനിവിടെ പിടിച്ചുകെട്ടും.”

ഇതൊക്കെയാണെങ്കിലും സൂത്രശാലിയായ പൊന്നൻ ഞണ്ട് മാർക്കറ്റിലേക്കു പോകാതെ ഗേറ്റിനു പുറത്തുള്ള കുറ്റിക്കാട്ടിൽ മറഞ്ഞുനിന്നു.

കുറേക്കഴിഞ്ഞ് അദ്ദേഹം പതുങ്ങിപ്പതുങ്ങി തോട്ടത്തിൽ കടന്നു. എന്നിട്ട് ശ്വാസമടക്കിപ്പിടിച്ച് പയറുചെടികൾക്കിടയിൽ ഒളിച്ചിരുന്നു. സമയം ഉച്ചയോടടുത്തു. അപ്പോഴാണ് പൊന്നൻ ഞണ്ട് ആ കാഴ്ച കണ്ടത്. ആദ്യം അദ്ദേഹത്തിന് വിശ്വസിക്കാൻ കഴിഞ്ഞില്ല.

താൻ ഏറ്റവും വിശ്വസ്തനായി കരുതുന്ന തന്റെ പ്രിയപ്പെട്ട മാനേജർ അച്ചിങ്ങാപ്പയർ ഒന്നൊന്നായി ഞൊട്ടി വായിലാക്കുന്നു! എത്ര വേഗത്തിലാണ് അവൻ അതെല്ലാം തിന്നൊടുക്കുന്നത്! അമ്പടാ...! ഇവൻ ഇത്ര വഞ്ചകനായിരുന്നോ?

പൊന്നൻ ഞണ്ട് പതുക്കെ ഇഴഞ്ഞിഴഞ്ഞ് തവളയുടെ

പിന്നിലെത്തി. സർവ്വദേഷ്യവും തീരത്തക്കവിധത്തിൽ ഇറുക്കുകാലുകൊണ്ട് തവളയുടെ വാലിനു കടന്നുപിടിച്ചു.

"അയ്യോ...! എന്റമ്മോ...!" എന്നു കരഞ്ഞുകൊണ്ട് അവൻ ഞെട്ടി പിന്നാക്കം തിരിഞ്ഞു.

"എടാ, നീ ഇത്ര വഞ്ചകനായിരുന്നോ? വിശ്വസിച്ചവനെ നീ ചതിക്കാൻ നോക്കി അല്ലേ?" പൊന്നൻ ഞണ്ട് തവളയെ നോക്കി അലറി.

"ഇല്ലേമാനേ, ഞാനിനി ഇങ്ങനെ ചെയ്യൂല്ല; എന്നോട് ക്ഷമിക്കണം."

"നീ ഒന്നും പറയേണ്ട; നിനക്കു ഞാൻ മാപ്പു തരില്ല..."

പൊന്നൻ ഞണ്ട് ഒന്നുകൂടി പിടിമുറുക്കി. കുഞ്ഞൻ തവള മരണവെപ്രാളത്തോടെ ഒന്നു പിടഞ്ഞു. ആ പിടച്ചിലിൽ അവന്റെ വാൽ മുറിഞ്ഞുപോയി.

കുഞ്ഞൻ തവള വേഗത്തിൽ ചാടിച്ചാടി തൊട്ടടുത്തുള്ള തടാകത്തിൽ മറഞ്ഞു. പൊന്നൻഞണ്ട് ദേഷ്യം തീരാതെ കരയിലിരുന്ന് അവനെ ശപിച്ചു: "കൊടിയ ദുഷ്ടാ, വഞ്ചകാ! വിശ്വസിച്ചവനെ ചതിച്ച നിനക്കും നിന്റെ വംശത്തിനും ഇനിമേൽ വാലു മുളയ്ക്കില്ല. വാലില്ലാത്ത തവളയായി എന്നും നീ ഭൂമിയിൽ ജീവിക്കും."

ആ ശാപത്തിനുശേഷം തവളകൾക്ക് പിന്നെ ഒരിക്കലും വാലുണ്ടായിട്ടില്ല. ■

എട്ടുകാലി ഉണ്ടായതെങ്ങനെ?

ഗ്രീസിൽ വളരെ പ്രസിദ്ധനായ ഒരു നെയ്ത്തുകാരനുണ്ടായിരുന്നു. ആരെയും അതിശയിപ്പിക്കുന്ന കരകൗശല വേലകളാണ് അയാൾ ചെയ്തിരുന്നത്.

ഭാഗ്യമെന്നു പറയട്ടെ, നെയ്ത്തുകാരന്റെ സകല കഴിവുകളും അതേപടി അയാളുടെ മകൾക്കും ഒത്തുകിട്ടി. അരക്നി എന്നായിരുന്നു അവളുടെ പേര്. നെയ്ത്തുവേലയിൽ അവളെ ജയിക്കാൻ പറ്റിയ മറ്റൊരാളും അക്കാലത്ത് ജീവിച്ചിരുന്നില്ല. പട്ടുനൂൽകൊണ്ട് അവൾ നെയ്തുണ്ടാക്കുന്ന വസ്ത്രങ്ങൾ എന്തു വില കൊടുത്തും വാങ്ങാൻ ആളുകൾ മുന്നോട്ടു വന്നു. അത്രയ്ക്കു മനോഹരമായിരുന്നു അവളുടെ ചിത്രപ്പണികൾ!

"ഈ പെൺകുട്ടിക്ക് അഥീനി ദേവിയുടെ വരം കിട്ടിയിട്ടുണ്ട്. അല്ലാതെ ഇത്ര കലാപരമായി അരക്നി ഇത്ര നല്ല രീതിയിൽ കരകൗശലവേലകൾ ചെയ്യാൻ കഴിയില്ലെന്നായിരുന്നു ജനസംസാരം.

എന്തിനു പറയുന്നു; താമസിയാതെ ഈ വാർത്ത അരക്നിയുടെ ചെവിയിലുമെത്തി. ഇതു കേട്ടതോടെ അവൾ ഉഗ്രമായി പൊട്ടിത്തെറിച്ചു.

"നിങ്ങൾ എന്തസംബന്ധമാണ് ഇപ്പറയുന്നത്? ഞാൻ ഒരു ദേവിയുടെയും ഒത്താശ കൊണ്ടല്ല ഇതെല്ലാം ചെയ്യുന്നത്. ഇത് എന്റെ ജന്മവാസനയാണ്. ഇതിലാരും അസൂയപ്പെട്ടിട്ട് കാര്യമില്ല."

"അങ്ങനെ പറയരുത്. ജന്മവാസനകൊണ്ടുമാത്രമല്ല, ദേവീദേവന്മാരുടെ അനുഗ്രഹം കൊണ്ടുകൂടിയാണ് നിനക്ക് ഇത്രയ്ക്ക്

ചാരുതയോടെ നെയ്യാൻ കഴിയുന്നത്. അതു നീ മറക്കേണ്ട." ഒരു മുതുമുത്തച്ഛൻ അരക്നിയെ ഓർമ്മപ്പെടുത്തി.

പക്ഷേ അതൊന്നും ചെവികൊള്ളാൻ അവൾ തയ്യാറായില്ല. അവൾ അഥീനി ദേവിയേയും വെല്ലുവിളിച്ചു.

"ധൈര്യമുണ്ടെങ്കിൽ ദേവീ എന്റെ മുന്നിൽ വരട്ടെ; അവരെ തോൽപ്പിക്കാനുള്ള കഴിവും സാമർത്ഥ്യവും എനിക്കുണ്ട്."

അരക്നിയുടെ ഈ വെല്ലുവിളി അഥീനിദേവി കേട്ടു. അവർ ഒരു അമ്മൂമ്മയുടെ വേഷത്തിൽ അരക്നിയുടെ അരികിലെത്തി.

"മോളേ, അഥീനിദേവി ശക്തയാണ്. നീ അവരോട് മത്സരിക്കേണ്ട. നീ നിന്റെ കുലത്തൊഴിലുമായി മുന്നോട്ട് പൊയ്ക്കോളൂ." അമ്മൂമ്മ വാത്സല്യത്തോടെ ഉപദേശിച്ചു.

പക്ഷേ, അരക്നി യാതൊരു ഒത്തുതീർപ്പിനും തയ്യാറായിരുന്നില്ല. അവൾ പറഞ്ഞു:

"ഒരു ദേവിയും എന്നോടും മത്സരിച്ചു ജയിക്കില്ല. അമ്മൂമ്മ അമ്മൂമ്മയുടെ പാട്ടിനു പൊയ്ക്കോ."

ഇതു പറഞ്ഞ തീരും മുമ്പേ അമ്മൂമ്മയുടെ രൂപം മാറി. അവർ സാക്ഷാൽ അഥീനിദേവി തന്നെയായിരുന്നു. അവർ പറഞ്ഞു:

"അരക്നീ ശരി നമുക്ക് രണ്ടുപേർക്കും മത്സരിച്ചു നെയ്യാം. ആദ്യം നീ തന്നെ തുടങ്ങിക്കോളൂ."

അരക്നിയും അഥീനിദേവിയും മത്സരിച്ച് നെയ്ത്തു തുടങ്ങി. അല്പനിമിഷങ്ങൾക്കുള്ളിൽ അഥീനിദേവി നെയ്യുന്ന വസ്ത്രങ്ങൾ മഴവില്ലിനെപ്പോലും തോൽപ്പിക്കുന്ന വർണ്ണപ്പകിട്ടാർന്നു ചിത്രങ്ങൾ തെളിഞ്ഞു. അതിന്റെ തൊട്ടടുത്തു പോലും എത്താൻ കഴിയാതെ അരക്നി കുഴങ്ങി. അഥീനിദേവിയുടെ അത്ഭുതകരമായ കരവിരുതുകൾ കണ്ട് അരക്നി മിഴിച്ചു നിന്നു. അവൾക്ക് പിന്നെ ഒരിഴപോലും നെയ്യാൻ കഴിഞ്ഞില്ല.

അഥീനിദേവിക്ക് അവളോട് എന്തെന്നില്ലാത്ത വെറുപ്പു തോന്നി. തന്നെ പരിഹസിക്കുകയും വെല്ലുവിളിക്കുകയും ചെയ്ത പെൺകുട്ടിയെ ഒരു പാഠം പഠിപ്പിക്കണമെന്ന് ദേവി തീരുമാനിച്ചു. അവർ പറഞ്ഞു:

“എടീ അഹങ്കാരി, നിന്റെ കരങ്ങൾക്ക് വിരുതുപകർന്ന എന്നെപ്പോലും ധിക്കരിക്കാൻ നീ തയ്യാറായി; അല്ലേ? അഹങ്കാരത്തിന് കൂമ്പില്ല. ഇന്നു മുതൽ നീ രാവും പകലും വലകെട്ടിക്കൊണ്ടിരിക്കുന്ന എട്ടുകാലുള്ള ഒരു ജന്തുവായി രൂപാന്തരപ്പെടും. എട്ടുകാലി എന്ന പേരിലായിരിക്കും നീ ഇനിമേൽ അറിയപ്പെടുന്നത്.”

ആ നിമിഷം മുതൽ അരക്നി എട്ടുകാലുള്ള ഒരു കീടമായി മാറി. ഇങ്ങനെയാണത്രെ ഭൂമിയിൽ ആദ്യമായി എട്ടുകാലി ഉണ്ടായത്.

■

കോഴിയും പരുന്തും ശത്രുക്കളായതെങ്ങനെ?

പണ്ടുപണ്ട് കോഴികളും പരുന്തുകളും തമ്മിൽ വലിയ സ്നേഹമായിരുന്നു. ഒരുമിച്ച് തിന്നും കുടിച്ചും ഒരമ്മ പെറ്റ മക്കളെപ്പോലെയാണ്. അവർ കഴിഞ്ഞിരുന്നത്. പിന്നെ എങ്ങനെ ഇത്ര വലിയ ശത്രുക്കളായി? അതൊരു രസകരമായ കഥയാണ്.

ഒരിടത്ത് ഒരു ശിങ്കാരിക്കോഴിയമ്മയും കങ്കാണിപ്പരുന്തും പാർത്തിരുന്നു. രണ്ടുപേരും ഉറ്റചങ്ങാതിമാരായിരുന്നു. ഒരിക്കൽ കങ്കാണിപ്പരുന്തിന് കനകമലയിൽനിന്ന് ഒരു പൊൻപണം കളഞ്ഞുകിട്ടി.

"ഹായ്! എന്തൊരു തിളക്കം! ഇതുകൊണ്ട് ഞാനൊരു പൊന്മാല പണിയിക്കും." കങ്കാണിപ്പരുന്ത് തന്നെത്താൻ പറഞ്ഞു.

പരുന്തച്ചൻ അപ്പോൾത്തന്നെ പൊൻപണവുമായി ശിങ്കാരിക്കോഴിയമ്മയുടെ പക്കലെത്തി. അവൻ പറഞ്ഞു.

"എടീ ശിങ്കാരി, നീയിതു കണ്ടോ? എനിക്കു കളഞ്ഞുകിട്ടിയ പൊൻപണമാ."

ശിങ്കാരി ഒന്നു നോക്കിയതേയുള്ളൂ. അവളുടെ കണ്ണഞ്ചിപ്പോയി. അവൾ അതു വാങ്ങി തിരിച്ചും മറിച്ചും നോക്കിയിട്ടു പറഞ്ഞു:

"പരുന്തച്ചാ, താനൊരു ഭാഗ്യവാൻ തന്നെയാണ്."

ദിവസങ്ങൾ പലതു കഴിഞ്ഞു. കങ്കാണിപ്പരുന്തിന് കാശിയിലേക്ക് ഒരു തീർത്ഥയാത്രയ്ക്ക് പോകേണ്ടതുണ്ടായിരുന്നു. അതിനുള്ള സമയമായപ്പോൾ കങ്കാണിപ്പരുന്ത് പൊൻപണവുമായി ശിങ്കാരിയുടെ വീട്ടിലെത്തി. അവൻ പറഞ്ഞു:

"ശിങ്കാരീ, ഞാൻ നാളെ കാശിയിലേക്ക് ഒരു തീർത്ഥാടനത്തിനു പോകയാണ്. മൂന്നു മാസം കഴിഞ്ഞേ തിരിച്ചു വരികയുള്ളൂ. അതുവരെ ഈ പൊൻപണം ഇവിടെ വെച്ചോളൂ. തിരിച്ചു വന്നിട്ട് എനിക്കൊരു മാല പണിയാനുള്ളതാ."

"ഓഹോ, ഞാൻ സൂക്ഷിച്ചു വെച്ചോളാം." ശിങ്കാരിക്കോഴിയമ്മ പൊൻപണം വാങ്ങി വീടിനകത്തു സൂക്ഷിച്ചുവെച്ചു.

കങ്കാണിപ്പരുന്ത് പിറ്റേന്നുതന്നെ കാശിക്കു യാത്ര തിരിച്ചു.

ഒരാഴ്ച കഴിഞ്ഞപ്പോഴേക്കും മുട്ട വിരിഞ്ഞ് അവൾക്ക് അഞ്ചാറ് പൊന്നോമനകളുണ്ടായി. കുഞ്ഞിക്കോഴികൾ മഹാ കുസൃതികളായിരുന്നു. ഒരു ദിവസം വീട്ടിനുള്ളിൽ ചിക്കിയും മാന്തിയും നടക്കുന്നതിനിടയിൽ വീടിന്റെ മൂലയ്ക്കു വെച്ചിരുന്ന പൊൻപണം അവർ കണ്ടെത്തി. പൊൻപണവുംകൊണ്ട് അവർ കണ്ണാടിപ്പുഴയുടെ തീരത്ത് കളിക്കാൻ പോയി. കഷ്ടമേ കഷ്ടം! വണ്ടിച്ചക്രം പോലെ ഉരുട്ടിക്കളിക്കുന്നതിനിടയിൽ പൊൻപണം ഉരുണ്ട് പുഴയിൽ വീണു.

എന്തു ചെയ്യും? അമ്മയറിഞ്ഞാൽ പൊരിഞ്ഞ തല്ലു കിട്ടും. അതുകൊണ്ട് കുഞ്ഞുങ്ങൾ ഇക്കാര്യം അമ്മയോട് മിണ്ടിയതേയില്ല. ഇതിനിടയിൽ മൂന്നു മാസം പെട്ടെന്ന് കടന്നുപോയി. കാശിയിൽ തീർത്ഥാടനത്തിനു പോയ കങ്കാണിപ്പരുന്ത് തിരിച്ചെത്തി. മാല പണിയാനുള്ള കൊതിയോടെ പരുന്തച്ചൻ അന്നുതന്നെ ശിങ്കാരിക്കോഴിയമ്മയുടെ വീട്ടിലെത്തി. അവൻ പൊൻപണം തിരിച്ചു ചോദിച്ചു. പാവം കോഴിയമ്മ ഓടിച്ചെന്ന് പൊൻപണം

തപ്പിനോക്കി. പക്ഷേ എന്തു ഫലം? അവിടെയുണ്ടോ പൊൻപണം ഇരിക്കുന്നു? ചിക്കിയും മാന്തിയും അവളുടെ കാലു കുഴഞ്ഞതുതന്നെ ബാക്കി!

"എന്റെ പൊന്നു പരുന്തച്ചാ, ഞാൻ സൂക്ഷിച്ചു വെച്ചിരുന്ന പൊൻപണം ഇവിടെ കാണുന്നില്ലല്ലോ."

ഇതു കേട്ടതോടെ കങ്കാണിപ്പരുന്തിന്റെ മുഖഭാവം മാറി. അവൻ കോപത്തോടെ പറഞ്ഞു:

"എടീ കരിങ്കള്ളീ...! നീ എന്നെ വഞ്ചിച്ചുവല്ലേ? നിന്നെ ഞാൻ ഒരു പാഠം പഠിപ്പിക്കും."

"അയ്യോ പരുന്തച്ചാ! ഞാൻ കള്ളിയല്ല. പൊൻപണം മണ്ണിലെവിടെയെങ്കിലും വീണുപോയിട്ടുണ്ടാകും. ഞാനത് തപ്പിയെടുത്തു തരാം." കോഴിയമ്മ പറഞ്ഞു.

"എന്നെ പറ്റിക്കാൻ നോക്കേണ്ട. എന്റെ പൊൻപണം തിരിച്ചു തരുന്നതുവരെ ഞാൻ നിന്റെ കുഞ്ഞുങ്ങളെ ഒന്നൊന്നായി റാഞ്ചിയെടുത്ത് സാപ്പിട്ടുകൊണ്ടിരിക്കും" കങ്കാണിപ്പരുന്ത് തീ പാറുന്ന കണ്ണുകളോടെ അവിടെ നിന്നും പറന്നുപോയി.

അന്നു മുതൽക്കാണ് പരുന്ത് കോഴിക്കുഞ്ഞുങ്ങളെ റാഞ്ചാൻ തുടങ്ങിയതും കോഴിയമ്മ മണ്ണിലെമ്പാടും ചിക്കിച്ചികയാൻ തുടങ്ങിയതും. പക്ഷേ, എന്തു ഫലം? ഇന്നുവരെ പൊൻപണം കണ്ടെത്തിയിട്ടില്ല. അതുകൊണ്ടുതന്നെ പരുന്ത് ഇപ്പോഴും കോഴിക്കുഞ്ഞുങ്ങളെ റാഞ്ചിയെടുത്ത് സാപ്പിട്ടുകൊണ്ടിരിക്കുകയാണ്. എന്താ? ഇപ്പോൾ കാര്യങ്ങളുടെ കിടപ്പ് മനസ്സിലായില്ലേ? ■

കുരങ്ങന് നീണ്ട വാല് കിട്ടിയതെങ്ങനെ?

നിങ്ങൾ മാനുകളുടെ വാൽ ശ്രദ്ധിച്ചിട്ടില്ലേ? പേരിനൊരു ചെറിയ വാൽ. അത്രയേയുള്ളൂ. എന്നാൽ കുരങ്ങുകളുടെ വാലിന് നല്ല നീളമുണ്ട്. കയറുപോലെ നീണ്ട് കിടക്കുന്ന സുന്ദരമായ വാലുകൾ. എന്താ ശരിയല്ലേ?

ഇതിനു പിന്നിൽ ഒരു കഥയുണ്ട്; ഒരു ചതിയുടെ കഥ! കേട്ടോളൂ.

പണ്ടുപണ്ട് കുരങ്ങന്മാർക്ക് വാലുണ്ടായിരുന്നില്ല. എന്നാൽ മാനുകൾക്ക് അക്കാലത്ത് നീണ്ട വാലുണ്ടായിരുന്നു.

മാനുകളുടെ വാലുകൾ കണ്ട് കുരങ്ങന്മാർക്ക് കൊതിമൂത്തു. അവരുടെ നേതാവായ ശുപ്പാണ്ടിക്കുരങ്ങൻ മഹാസൂത്രക്കാരനായിരുന്നു. അവൻ ഒരു ദിവസം മാനുകൾ തിങ്ങിത്താമസിക്കുന്ന മാനാഞ്ചേരിയിലെത്തി.

മാനുകളുടെ നേതാവായ ഉണ്ണിക്കലമാൻ നല്ല അലിവും അന്തസ്സുമുള്ള പ്രകൃതക്കാരനായിരുന്നു. കാട്ടിലെ ഏറ്റവും നല്ല തേൻ പഴങ്ങളും പനങ്കരിക്കുമെല്ലാം നൽകി ഉണ്ണിക്കലമാൻ ശുപ്പാണ്ടിക്കുരങ്ങനെ സൽക്കരിച്ചു.

അപ്പോഴെല്ലാം അവന്റെ നോട്ടം ഉണ്ണിക്കലമാന്റെ വാലിന്മേലായിരുന്നു. പിറ്റേന്ന് പുലർച്ചെയ്ക്ക് യാത്ര പറഞ്ഞിറങ്ങുമ്പോൾ ശുപ്പാണ്ടിക്കുരങ്ങൻ പറഞ്ഞു.

“ഞാനൊരു പ്രത്യേക കാര്യത്തിനായിട്ടാണ് ഇവിടെ വന്നത്. അതു ചോദിച്ചാൽ ഉണ്ണിക്കലമാന് വിഷമമില്ലല്ലോ.”

"ഇല്ലില്ല. ശുപ്പാണ്ടിയണ്ണൻ എന്തുവേണമെങ്കിലും ചോദിച്ചോളൂ." ഉണ്ണിക്കലമാൻ അറിയിച്ചു.

"എങ്കിൽ ഒരാഴ്ചത്തേക്ക് നിങ്ങളുടെ വാലുകൾ ഞങ്ങൾക്ക് കടം തരണം. ഞങ്ങളുടെ നാട്ടിൽ വലിയ ഒരു ഉത്സവം നടക്കാൻ പോവുകയാണ്. അന്നേ ദിവസം വാലുവെച്ച് നടക്കണമെന്ന് ഒരാശ. ഉത്സവം കഴിഞ്ഞാൽ ഉടനെ തിരിച്ചുതരാം."

ഇതു കേൾക്കേണ്ട താമസം, ഉണ്ണിക്കലമാൻ എല്ലാ മാനുകളെയും അവിടേക്ക് വിളിച്ചുവരുത്തി എല്ലാവരുടെയും വാലു പറിച്ചെടുത്ത് ഒരു വലിയ കുട്ടയിലാക്കി ശുപ്പാണ്ടി കുരങ്ങനെ ഏൽപ്പിച്ചു.

അവൻ വാൽക്കുട്ടയുമായി സന്തോഷത്തോടെ കുരങ്ങന്തറയിലെത്തി. എത്തിയ ഉടനെ എല്ലാ കുരങ്ങന്മാരെയും വിളിച്ച് അവൻ വാല് ഫിറ്റു ചെയ്തു കൊടുത്തു. വാലു കിട്ടിയ കുരങ്ങന്മാർ വാലുകുലുക്കിക്കൊണ്ട് മരച്ചില്ലകളിൽ ചാഞ്ചാടിക്കളിച്ചു. അവർക്കുണ്ടായ ആനന്ദത്തിന് അതിരില്ല.

ഒരാഴ്ച കഴിഞ്ഞിട്ടും വാലുകൾ തിരിച്ചുകിട്ടാതെ വന്നപ്പോൾ ഉണ്ണിക്കലമാൻ ചാങ്ങിമാരെയും കൂട്ടി കുരങ്ങന്തറയിലെത്തി.

"എവിടെ ഞങ്ങളുടെ വാല്? വാലില്ലാതെ ഞങ്ങൾ കഷ്ടപ്പെടുകയാണ്. വേഗം തിരിച്ചുതാ." അവർ ആവശ്യപ്പെട്ടു.

"വാലോ? ഏതു വാല്? എന്തു വാല്?" ശുപ്പാണ്ടികുരങ്ങൻ ഒന്നുമറിയാത്തതുപോലെ അഭിനയിച്ചു.

"എല്ലാ മാനുകളുടെയും വാല് ഒരാഴ്ചത്തേക്ക് ശുപ്പാണ്ടിയണ്ണൻ വായ്പ വാങ്ങിച്ചതല്ലേ? എന്നിട്ടിപ്പോൾ കള്ളം പറയുന്നതെന്തിന്? വേഗം താ." അവർ ഉറക്കെ മുറവിളി കൂട്ടി.

"അയ്യയ്യേ...! ഇതെന്തു ഭ്രാന്ത്? വെച്ചുപിടിപ്പിച്ച വാല് ഇനി ആരു വിചാരിച്ചാലും പറിച്ചെടുക്കാൻ പറ്റില്ല. വേഗം പൊയ്ക്കോളൂ. അല്ലെങ്കിൽ ഞങ്ങൾ കടിച്ചു കീറും!" കുരങ്ങന്മാർ പല്ലിളിച്ചു കാട്ടി പേടിപ്പിച്ചു. അതോടെ പാവം മാനുകൾ കരഞ്ഞു കൊണ്ട് കാട്ടിലേക്ക് തിരിച്ചുപോന്നു.

മാനുകളുടെ സങ്കടം കണ്ട് മനസ്സലിഞ്ഞ ദൈവം അദ്ദേഹത്തിന്റെ കരളിന്റെ ഒരു കുഞ്ഞുകഷണമെടുത്ത് മാനുകളുടെ നഷ്ടപ്പെട്ട വാലിന്റെ സ്ഥാനത്ത് ഒട്ടിച്ചു കൊടുത്തു. അങ്ങനെ കിട്ടിയതാണ് അവരുടെ ഇപ്പോഴത്തേ കുഞ്ഞുവാലുകൾ!

■

വവ്വാൽ പകൽസമയത്ത് പുറത്തിറങ്ങാതായതെങ്ങനെ?

പണ്ട് പണ്ട് പക്ഷികളും മൃഗങ്ങളും തമ്മിൽ ശത്രുതയിലായിരുന്നു. അവർ തമ്മിൽ വളരെക്കാലം നീണ്ടുനിന്ന ഒരു പോരാട്ടം നടന്നു. അക്കാലത്ത് വവ്വാൽ ഒരു ചേരിയിലും ചേരാതെ നിന്നു. കൂടുതൽ ജയസാധ്യതയുള്ള ഭാഗത്ത് ചേരാമെന്നു വവ്വാൽ വിചാരിച്ചു.

പോരാട്ടം മുറുകി. ഒടുവിൽ പക്ഷികൾ വിജയിക്കുമെന്ന നില വന്നു. അപ്പോൾ വവ്വാൽ പക്ഷിരാജാവായ ഗരുഡന്റെ അടുക്കലെത്തി. എന്നിട്ട് പറഞ്ഞു.

"ചങ്ങാതീ, ഈ ലോകത്തുള്ള ഒരൊറ്റ മൃഗത്തേയും എനിക്കിഷ്ടമല്ല. അവരെ കൊന്നൊടുക്കാൻ ഞാൻ എന്തു സഹായവും നിങ്ങൾക്കു ചെയ്തു തരാം. കൊക്കില്ലെങ്കിലും ഞാനും നിങ്ങളെപ്പോലെ ഒരു പക്ഷിയാണ്. ഹിഹിഹി!"

ഇതുകേട്ട് ഗരുഡൻ വവ്വാലിനെ തങ്ങളുടെ കൂട്ടത്തിൽ ചേർത്തു. കുറെനാൾ കഴിഞ്ഞുപോയി. പോരാട്ടം തുടർന്നുകൊണ്ടേയിരുന്നു. ആദ്യം ജയക്കൊടി പാറിച്ച പക്ഷികൾ അവസാനമായപ്പോൾ അതിദയനീയമായ വിധത്തിൽ തോൽക്കുമെന്ന

നില വന്നു. അപ്പോൾ വവ്വാൽ പതുക്കെ കാലുമാറി. അവൻ മൃഗനേതാവായ സിംഹത്തിന്റെ പക്കലെത്തി. എന്നിട്ടു പറഞ്ഞു:

“മഹാപ്രഭോ, ഈ പക്ഷികൾ വലിയ തെമ്മാടികളാണ്. അവരെ തോൽപ്പിക്കാൻ സ്വന്തം ജീവൻ കൊടുക്കാൻ പോലും എനിക്കു മടിയില്ല. ചിറകുണ്ടെങ്കിലും ഞാൻ നിങ്ങളെപ്പോലെ. ഒരു മൃഗമാണ്. എനിക്ക് പല്ലും മൂക്കും നാക്കുമൊക്കെയുണ്ട്. ഹിഹിഹീ...”

ഇതുകേട്ട് സിംഹത്തലവൻ വവ്വാലിനെ തങ്ങളുടെ കൂട്ടത്തിൽ ചേർത്തു. നാളുകൾ പിന്നെയും കടന്നുപോയി. പോരാട്ടം പൊടി പൊടിച്ചു. എണ്ണമില്ലാത്ത പക്ഷികളും മൃഗങ്ങളും ചത്തു മലച്ചു. ഇങ്ങനെ പോയാൽ ഭൂമുഖത്ത് ഒരൊറ്റ പക്ഷിയോ മൃഗമോ അവ ശേഷിക്കില്ലെന്ന് ചിലർക്കു തോന്നി.

അങ്ങനെ പക്ഷികളും മൃഗങ്ങളും പോരാട്ടം മതിയാക്കി ഒരു സുപ്രഭാതത്തിൽ ഒരുമിച്ചു. അപ്പോഴാണ് വവ്വാലിന്റെ കള്ളക്കളി ഇരുക്കൂട്ടർക്കും മനസ്സിലായത്.

കാലുമാറ്റക്കാരനായ വവ്വാലിനെ പക്ഷികളും മൃഗങ്ങളും ഒര പോലെ വെറുത്തു. അവർ തങ്ങളുടെ കൂട്ടത്തിൽ നിന്നും വവ്വാ ലിനെ ആട്ടി അകറ്റി. നാണക്കേടും മാനക്കേടുംകൊണ്ട് വവ്വാ ലിനു പകൽസമയം പുറത്തിറങ്ങാൻ പോലും കഴിയാതായി. അങ്ങനെയാണ് വവ്വാൽ രാത്രിസഞ്ചാരിയായി മാറിയത്. കാലു മാറ്റക്കാരന്റെ ഗതികേട് നോക്കണേ!

■

ജിറാഫിന്റെ കഴുത്തിന് നീളം ഉണ്ടായതെങ്ങനെ?

ജിറാഫിന്റെ കഴുത്തിന് എന്തൊരു നീളമാണല്ലേ? പക്ഷേ പണ്ടു കാലത്ത് ജിറാഫിന്റെ കഴുത്തിന് ഒട്ടും നീളം ഉണ്ടായിരുന്നില്ല. പിന്നെ എങ്ങനെ ഇത്രയ്ക്ക് നീണ്ട കഴുത്ത് കിട്ടി. അതിന് പിന്നിൽ രസകരമായ ഒരു കഥയുണ്ട്.

താല വനത്തിൽ പണ്ടൊരു ജില്ലപ്പനാന പാർത്തിരുന്നു. കാട്ടിലെ പേരുകേട്ട പഴക്കച്ചവടക്കാരനായിരുന്നു അവൻ.

താലവനത്തിന്റെ നടുവിൽ ജില്ലപ്പനാനയ്ക്ക് ഒരു വലിയ പഴ ത്തോട്ടമുണ്ടായിരുന്നു. ഓറഞ്ച് മരങ്ങളും മൾബറി മരങ്ങളും ആപ്പിൾമരങ്ങളും മാതളനാരകങ്ങളുമെല്ലാം ധാരാളമായി അവിടെ നട്ടുപിടിപ്പിച്ചിരുന്നു. ഗില്ലൻകരടിയെയാണ് തോട്ടം സൂക്ഷിപ്പുകാരനായി ജില്ലപ്പനാന നിയമിച്ചിരുന്നത്.

ജില്ലപ്പനാന എന്നും രാവിലെ പഴങ്ങളും പുറത്തുകയറ്റി താല വനത്തിന്റെ നടുവിലുള്ള 'ഹൈവേ'യിലൂടെ പതുക്കെ മുന്നോട്ടു നീങ്ങും.

ആനപ്പുറത്തിരുന്ന് പഴങ്ങൾ വിൽപ്പന നടത്തിയിരുന്നത് 'സെയിൽ മാനേജരാ'യ നീലു അണ്ണാനാണ്. അണ്ണാൻ ആനപ്പു റത്തിരുന്ന് ഉറക്കെ വിളിച്ചു പറയും.

"ആപ്പിൾ, മുന്തിരി, ഓറഞ്ച്,

മൾബറി, സ്റ്റോബറി വാങ്ങിക്കോ."

മൃഗങ്ങളെല്ലാം ഓടിവന്ന് പലതരം പഴങ്ങൾ വാങ്ങിക്കൊണ്ടു പോകും. എങ്കിലും ആപ്പിളിനായിരുന്നു കൂടുതൽ പ്രിയം.

ഇതിനിടയിലാണ് തോട്ടം സൂക്ഷിപ്പുകാരനായ ഗില്ലൻകരടി വേറെ ജോലി കിട്ടി വിദേശത്തേക്കു പോയത്.

കരടിക്ക് പകരക്കാരനായി ജോലിക്കു നിയമിച്ചത് ഗുണ്ടൻ ജിറാഫിനെയാണ്. ജില്ലപ്പനാന ഓർമ്മിപ്പിച്ചു: "ഗുണ്ടാ, നീ തോട്ടമൊക്കെ നന്നായി സൂക്ഷിക്കണം. കള്ളന്മാർ വന്ന് പഴങ്ങളൊക്കെ കട്ടു തിന്നാൻ ഇടവരരുത്."

"ഇല്ലില്ല അക്കാര്യത്തിൽ ആനച്ചേട്ടൻ ഒട്ടും വിഷമിക്കേണ്ട, എല്ലാം ഞാൻ ഏറ്റു." ഗുണ്ടൻ ജിറാഫ് വാക്കു കൊടുത്തു.

നാളുകൾ കടന്നുപോയി. തോട്ടത്തിലെ ആപ്പിളും മുന്തിരിയുമൊക്കെ ഇടയ്ക്കിടയ്ക്ക് കുറഞ്ഞുവരുന്നതായി ജില്ലപ്പനാനയ്ക്കു തോന്നി. രാവിലെ പുറപ്പെടുമ്പോൾ ധാരാളം ഓറഞ്ചും ആപ്പിളും മുന്തിരിയും തൂങ്ങിയാടുന്നതു കാണാം. എന്നാൽ കച്ചവടം കഴിഞ്ഞു തിരിച്ചെത്തുമ്പോൾ തീരെ കുറവ്! ഇതെന്തു കഥ? വല്ല കള്ളന്മാരും കടന്ന് ശല്യം ചെയ്യുന്നുണ്ടോ?

ഒരു ദിവസം ജില്ലപ്പനാന ചോദിച്ചു: "എടോ ഗുണ്ടൻ, നമ്മുടെ തോട്ടത്തിലെ ആപ്പിളും ഓറഞ്ചുമൊക്കെ നിത്യേനെ കുറഞ്ഞു പോകുന്നല്ലോ. എന്താണ് ഇതിന് കാരണം?"

"അതു വല്ല കള്ളന്മാരും മോഷ്ടിക്കുന്നതാകും. അവനെയൊക്കെ കൈയിൽ കിട്ടിയാൽ ഇടിച്ചു ഞാൻ ചമ്മന്തിയാക്കും." ഗുണ്ടൻ ജിറാഫ് വീമ്പിളക്കി. പക്ഷേ ഒന്നും നേരെയായില്ല. പഴങ്ങൾ പിന്നേയും കാണാതായിക്കൊണ്ടിരുന്നു.

ഒരു ദിവസം ജില്ലപ്പനാനയും ചങ്ങാതി നീലു അണ്ണാനും കൂടി പതിവുപോലെ പഴക്കച്ചവടത്തിനു പുറപ്പെട്ടു. എങ്കിലും

അവർ പോയില്ല. പാത്തും പതുങ്ങിയും വന്ന് തോട്ടത്തിനടുത്തുള്ള കാട്ടുപൊന്തയിൽ ഒളിച്ചിരുന്നു.

ജില്ലപ്പനാന കച്ചവടത്തിന് പോയെന്ന ധൈര്യത്തോടെ ഗുണ്ടൻ ജിറാഫ് തോട്ടത്തിലിറങ്ങി. എന്നിട്ടോ? തോട്ടത്തിൽ വിളഞ്ഞു നിൽക്കുന്ന ആപ്പിളും ഓറഞ്ചും മൾബറിയുമൊക്കെ 'കപ്പം കുപ്പം' തിന്നാൻ തുടങ്ങി.

“അമ്പടാ! വേലി തന്നെ വിളവു തിന്നുകയോ? ഈ കള്ളൻ ജിറാഫ് ഇത്രയും കാലം തന്നെ ചതിക്കുകയായിരുന്നു. ഇവനെ ഇങ്ങനെ വിട്ടാൽ പറ്റില്ല.”

ജില്ലപ്പനാന അവിടേക്കു പാഞ്ഞു ചെന്നു: “കള്ളാ, വിശ്വസിച്ചവനെ ചതിച്ച പെരുങ്കള്ളാ, നിന്നെ ഞാൻ വെറുതെ വിടില്ല.” ജില്ലപ്പനാന തുമ്പിക്കൈ നീട്ടി ഗുണ്ടൻ ജിറാഫിന്റെ കഴുത്തിൽ പിടികൂടി!

“അയ്യോ ആനച്ചേട്ടാ, വിട് വിട്! കഴുത്തിലെ പിടി വിട്.” – ഗുണ്ടൻ ജിറാഫ് ആഞ്ഞു വലിച്ചു. പക്ഷേ ആന പിടിവിടുമോ? അവൻ പിന്നെയും പിടി മുറുക്കി. എന്തു പറയാൻ? പിടിവലിക്കിടയിൽ ജിറാഫിന്റെ കുറിയ കഴുത്ത് വല്ലാതെ നീണ്ടു പോയി.

“വിശ്വസിച്ചവനെ ചതിച്ച നിന്റെ കഴുത്ത് ഇനിമേൽ നീണ്ടിരിക്കും.” ജില്ലപ്പനാന അവനെ ശപിച്ചു.

വലിഞ്ഞു നീണ്ട കഴുത്തുമായി ഗുണ്ടൻ ജിറാഫ് കാട്ടിൽ ഓടിയൊളിച്ചു. അന്നു മുതലാണത്രേ ജിറാഫുകളുടെ കഴുത്തിന് ഇത്രമേൽ നീളമുണ്ടായത്.

മരംകൊത്തിപ്പക്ഷി ഉണ്ടായതെങ്ങനെ?

ഓരോ മരത്തിലും കൊത്തിക്കൊത്തി നടക്കുന്ന മരം കൊത്തിപ്പക്ഷികളെ നിങ്ങൾ കണ്ടിട്ടില്ലേ? എന്തിനാണ് അവരങ്ങനെ കൊത്തികൊത്തി നടക്കുന്നത്? അവയ്ക്ക് വേറെ പണിയൊന്നും ഇല്ലാഞ്ഞിട്ടാണോ? അതൊന്നുമല്ല; അതിനു പിന്നിൽ രസകരമായ ഒരു കഥയുണ്ട്; കേട്ടോളൂ.

പണ്ടൊരു കാട്ടിൽ ഒരു ഉപകാരിപ്പക്ഷി പാർത്തിരുന്നു. തലയിൽ കിരീടവും നീണ്ടു കൂർത്ത കൊക്കുമുള്ള ഉപകാരിപ്പക്ഷിയെ എല്ലാവർക്കും ഇഷ്ടമായിരുന്നു.

അപകടത്തിൽ പെട്ട കൂട്ടുകാരെ രക്ഷിക്കാനും പട്ടിണിക്കാരെ സഹായിക്കാനും ഉപകാരിപ്പക്ഷി എപ്പോഴും മുന്നിൽ തന്നെ ഉണ്ടായിരുന്നു.

ഉപകാരപ്പക്ഷിക്ക് ഒരു ഉറ്റ ചങ്ങാതി ഉണ്ടായിരുന്നു. ആരാണെന്നോ? പുഞ്ചക്കടവിലെ മഞ്ചാടിപൈങ്കിളി.

ഒരിക്കൽ മഞ്ചാടിപൈങ്കിളിക്ക് കാശിക്കു പോകാൻ ആശ തോന്നി. അവളുടെ കൈയിൽ വളരെ വിലപ്പെട്ട ഒരു മാണിക്യം ഉണ്ടായിരുന്നു. അത് ഉപകാരിപ്പക്ഷിയെ ഏൽപ്പിച്ചിട്ടു പോകാൻ അവൾ നിശ്ചയിച്ചു.

"ഉപകാരിപ്പക്ഷി കൂട്ടുകാരാ, ഞാൻ കാശിയിൽ കുളിച്ച് തൊഴാൻ പോവുകയാണ്. എന്റെ വീടിന് നല്ല അടച്ചുറപ്പൊന്നും ഇല്ല. ഞാൻ തിരിച്ചെത്തുന്നതുവരെ എന്റെ മാണിക്യം നീ സൂക്ഷിക്കണം." മഞ്ചാടി പൈങ്കിളി അറിയിച്ചു.

"ഓഹോ, അതിനെന്താ? ഞാൻ അത് ഭദ്രമായി സൂക്ഷിച്ചോളാം." ഉപകാരിപ്പക്ഷി ഉറപ്പ് കൊടുത്തു.

മാണിക്യം ചങ്ങാതിയെ ഏൽപ്പിച്ചിട്ട് മഞ്ചാടിപൈങ്കിളി അടുത്ത ദിവസം തന്നെ കാശിക്കു പുറപ്പെട്ടു.

നാളുകൾ കുറെ കഴിഞ്ഞു. ഇതിനിടയിൽ ഉപകാരിപ്പക്ഷിയുടെ അമ്മൂമ്മയ്ക്ക് സുഖമില്ലെന്ന് അറിയിപ്പു വന്നു. കിഴക്കു കിഴക്ക് കിഴക്കൻ കാട്ടിലായിരുന്നു. അമ്മൂമ്മപ്പക്ഷിയുടെ വീട്.

പെട്ടെന്ന് പോകേണ്ടിവന്നപ്പോൾ ഉപകാരിപ്പക്ഷി മാണിക്യം കൊണ്ടുപോയി ചന്ദനക്കാടിന്റെ നടുവിലുള്ള ഒരു പൊത്തിനകത്ത് ഒളിച്ചുവെച്ചു.

എന്തു പറയാൻ? തിരക്കിനിടയിൽ ഉപകാരിപ്പക്ഷിയും ഇക്കാര്യമൊക്കെ മറന്നു. രണ്ടു മൂന്നു വർഷം കഴിഞ്ഞാണ് കാശിയിൽ പോയ മഞ്ചാടി പൈങ്കിളി തിരിച്ചെത്തിയത്.

വന്നപാടേ അവൾ ഉപകാരിപ്പക്ഷിയുടെ വീട്ടിലെത്തി: "ചങ്ങാതീ, ഞാൻ ഇതാ സുഖമായി തിരിച്ചെത്തി. എന്റെ മാണിക്യം തിരിച്ചു വാങ്ങാനാണ് ഞാൻ വന്നത്."

അപ്പോഴാണ് ഉപകാരിപ്പക്ഷി വീണ്ടും മാണിക്യത്തിന്റെ കാര്യം ഓർമ്മിച്ചത്.

"എന്റെ പൊന്നുമഞ്ചാടീ, ഞാൻ അത് ഭദ്രമായി ചന്ദനപ്പൊത്തിൽ സൂക്ഷിച്ചുവെച്ചിട്ടുണ്ട്. അല്പനേരം നീ ഇവിടെ ഇരിക്കൂ. ഞാൻ അത് വേഗം പോയി എടുത്തിട്ട് വരാം." ഉപകാരിപ്പക്ഷി വേഗം ചന്ദനക്കാട്ടിലേക്ക് പറന്നു.

അവിടെ ചെന്ന് എത്ര അന്വേഷിച്ചിട്ടും മാണിക്യം സൂക്ഷിച്ചു വെച്ച ചന്ദനമരം കണ്ടുപിടിക്കാൻ കഴിഞ്ഞില്ല. കാലപ്പഴക്കത്തിൽ മരപ്പൊത്ത് അടഞ്ഞുപൊയ്ക്കഴിഞ്ഞിരുന്നു.

അന്തിമയങ്ങുന്നതുവരെ ഓരോ മരത്തിലും കൊത്തിക്കൊത്തി പാവം ഉപകാരിപ്പക്ഷി തളർന്നു. ഒടുവിൽ അവൻ സങ്കടത്തോടെ മഞ്ചാടി പൈങ്കിളിയുടെ അരികിൽ തിരിച്ചെത്തി. അവൻ പറഞ്ഞു.

'എന്റെ പൊന്നു പൈങ്കിളീ, നീ എന്നോട് ക്ഷമിക്കണം. ഞാൻ

മാണിക്യം സൂക്ഷിച്ചുവെച്ച മരപ്പൊത്ത് അടഞ്ഞുപോയി. എത്ര ശ്രമിച്ചിട്ടും മാണിക്യം കണ്ടെടുക്കാൻ എനിക്ക് കഴിഞ്ഞിട്ടില്ല."

"എന്ത്? മാണിക്യം കണ്ടില്ലെന്നോ? വെറുതെ എന്നെ പറ്റിക്കേണ്ട. മാണിക്യം തട്ടിയെടുത്തിട്ട് നീ പച്ചക്കള്ളം പറയുകയാണ്." മഞ്ചാടി പൈങ്കിളി ദേഷ്യത്തോടെ പറന്നുചെന്ന് പരോപകാരി പക്ഷിയെ ആഞ്ഞാഞ്ഞ് കൊത്തി.

"ഞാൻ ഒരിക്കലും കള്ളം പറയുകയില്ല. നീ എന്നെ വിശ്വസിക്കൂ." പരോപകാരിപ്പക്ഷി വീണ്ടും അപേക്ഷിച്ചു.

"എങ്കിൽ നീ മാണിക്യവും കൊണ്ട് തിരിച്ചുവന്നാൽ മതി." മഞ്ചാടി പൈങ്കിളി അവനെ കൊത്തി ഓടിച്ചു.

അന്നു മുതൽ തുടങ്ങിയതാണ് പരോപകാരിപ്പക്ഷിയുടെ അന്വേഷണം. ഓരോ മരവും കൊത്തികൊത്തി അവന്റെ ചുണ്ടും നാവും വളർന്നു. മാത്രമോ? മരംകൊത്തി എന്ന പേരും അവന് ചാർത്തി കിട്ടി. എങ്കിലും മാണിക്യം തേടി അവൻ ഇപ്പോഴും അലയുകയാണ്. എന്താ, ശരിയല്ലേ?

■

സിപ്പി പള്ളിപ്പുറം

അധ്യാപകൻ, ബാലസാഹിത്യകാരൻ. 1943 മെയ് 18ന് എറണാകുളം ജില്ലയിലെ വൈപ്പിൻ പള്ളിപ്പുറത്തു ജനനം. 1966 മുതൽ പള്ളിപ്പുറം സെന്റ് മേരീസ് ഹൈസ്കൂളിൽ അദ്ധ്യാപകനായിരുന്നു. കഴിഞ്ഞ അഞ്ചു ദശകങ്ങളായി മലയാള ബാലസാഹിത്യരംഗത്ത് പ്രവർത്തിച്ചുവരുന്നു. ഇതിനകം 180 ബാലസാഹിത്യകൃതികൾ പ്രസിദ്ധീകരിച്ചിട്ടുണ്ട്. കേരളയുവത, ചെറുപുഷ്പം, ദിദിമൂസ് എന്നീ മാസികകളുടെ പത്രാധിപസമിതി അംഗമാണ്. സംസ്ഥാന ബാലസാഹിത്യ ഇൻസ്റ്റിറ്റ്യൂട്ട് ഗവേണിംഗ് ബോഡി അംഗമായി നാലാംതവണയും പ്രവർത്തിച്ചുവരുന്നു. സമസ്ത കേരള സാഹിത്യ പരിഷത്തിന്റെ എക്സിക്യൂട്ടീവ് അംഗം എന്ന നിലയിലും ചെറായി സഹോദരൻ അയ്യപ്പൻ സ്മാരകത്തിന്റെ വൈസ് ചെയർമാൻ എന്ന നിലയിലും പ്രവർത്തിച്ചു വരുന്നു.

പുരസ്കാരങ്ങൾ: *ബാലസാഹിത്യത്തിനുള്ള ദേശീയ അവാർഡ് (1985), പ്രഥമ ഭീമ ബാലസാഹിത്യ അവാർഡ് (1988), എൻ.സി.ഇ.ആർ.ടിയുടെ ദേശീയ അവാർഡ് (1995), സഹൃദയവേദി അവാർഡ് (1988), കൈരളി ചിൽഡ്രൻസ് ബുക്ക്ട്രസ്റ്റ് അവാർഡ് (1988), കേരള സാഹിത്യ അക്കാദമി എൻഡോവ്മെന്റ് അവാർഡ് (1990), കെ.സി.ബി.സി. അവാർഡ്, സംസ്ഥാന ബാലസാഹിത്യ ഇൻസ്റ്റിറ്റ്യൂട്ട് അവാർഡ് (1991), ഏറ്റവും നല്ല മുദ്രണത്തിനുള്ള സംസ്ഥാന അവാർഡ്, കുഞ്ഞുണ്ണി പുരസ്കാരം, കുടുംബദീപം അവാർഡ്, മേരീവിജയം അവാർഡ്, പി.സി.എം. അവാർഡ്, ടാലന്റ് അവാർഡ്, ഫൊക്കാന അവാർഡ്, സത്യവ്രതൻ സ്മാരക അവാർഡ്, 1992ൽ ഏറ്റവും നല്ല അദ്ധ്യാപകനുള്ള ദേശീയ അവാർഡ്, 2010ലെ കേന്ദ്രസാഹിത്യ അക്കാദമിയുടെ പ്രഥമ ബാലസാഹിത്യ അവാർഡ്.*